गांधी
:अंतिम पर्व

गांधी
: अंतिम पर्व

रत्नाकर मतकरी

पॉप्युलर प्रकाशन, मुंबई

गांधी : अंतिम पर्व
(म-१३२५)
पॉप्युलर प्रकाशन
ISBN 978-81-7991-972-9

GANDHI : ANTIM PARVA
(Marathi : Play)
Ratnakar Matkari

पहिली आवृत्ती : २०२०/१९४१

मुखपृष्ठ आणि आतील रेखाचित्रे : रत्नाकर मतकरी

प्रकाशक
हर्ष भटकळ
पॉप्युलर प्रकाशन प्रा. लि.
३०१, महालक्ष्मी चेंबर्स
२२, भुलाभाई देसाई रोड
मुंबई ४०० ०२६

अक्षरजुळणी
ऑलरिच एन्टरप्रायझेस
माहीम, मुंबई ४०० ०१६

माझा मित्र,
गांधी-अभ्यासक, प्रकाशक,
लेखक, संगीततज्ज्ञ, गायक
रामदास भटकळ
आणि त्याची सहधर्मचारिणी
लैला भटकळ
यांना, प्रेमपूर्वक...

मनोगत

'गांधी : अंतिम पर्व' हे नाटक माझ्याकडून लिहून घेण्याचे संपूर्ण श्रेय, वर्ध्याच्या 'सेवाग्राम'चे एक ज्येष्ठ कार्यकर्ते श्री. रवींद्र रुक्मिणी पंढरीनाथ यांना जाते. दोन वर्षांपूर्वी — माझ्याकडे आले, तेव्हा ते, गांधीजींविषयी जाणूनबुजून केला जाणारा अपप्रचार, पसरवला जाणारा द्वेष आणि त्याला नकळत बळी पडणारी समाजमाध्यमग्रस्त तरुण पिढी, यांविषयी — अत्यंत व्यथित होते. गांधीजींच्या संदर्भातील सत्य समाजापुढे आणण्यासाठी मी नाटक लिहावे, असे त्यांनी सुचवले. त्यासाठी लागणारे भरपूर साहित्य त्यांनी पुरवले. 'युनिक फीचर्स'चे सुहास कुलकर्णी यांनीदेखील बरेच साहित्य पाठवून दिले.

मी नाटक लिहिण्याचे तर कबूल केलेच; पण या निमित्ताने वर्ध्याला 'गांधी थिएटर युनिट'ची स्थापना करावी व मराठी, हिंदी, गुजराती अशा तीनही भाषांमधून पूर्ण लांबीची नाटके, एकांकिका, पथनाट्ये, इत्यादी वरचेवर सादर करून गांधीविचारांचा प्रसार करावा, असे सुचवले. या संस्थेतर्फेच, मराठी व गुजराती अशा दोन्ही भाषांमधून, रंगभूमीवर येणारे पहिले नाटक 'गांधी : अंतिम पर्व' हे असावे, असेही सुचविले. मात्र सेवाग्राममधील अनेक वैचारिक कार्यक्रमांमधून, तिथल्या, रंगभूमीविषयक काहीशा अनभिज्ञ कार्यकर्त्यांना हे कितपत जमते, हे काळच ठरवील. माझ्याकडून होण्यासारखे होते ते, म्हणजे गांधीविषयक हाती आलेल्या सर्व साहित्याचा अभ्यास करून, नाटक लिहिणे; जे मी वर्षभरात पुरे केले.

नाटक लिहिणे कष्टसाध्य होते; परंतु नाटक केवळ सत्यावर आधारायचे, त्यात नाट्यमयता आणण्यासाठी किंवा प्रेक्षकांच्या रंजनासाठी काहीही काल्पनिक मजकुराची भेसळ करायची नाही, ही अट मी स्वतःसाठी घालून घेतली होती. सर्वच पुस्तकांमध्ये गांधींच्या ज्या हकिगती होत्या, त्यात एकवाक्यता होती. त्यामुळे हे नाटक संपूर्ण सत्यावर आधारित आहे, असे निश्चितपणे म्हणता येईल. सत्याकडे पाठ फिरवून, आपल्या मतांना अनुकूल अशा वदंतांवर विश्वास ठेवण्याची प्रथा, दुर्दैवाने, आपल्या

सुशिक्षितांमध्येही आहे. त्यावर उपाय, बावनकशी सत्य पुनःपुन्हा सांगणे एवढाच आहे. 'गांधी : अंतिम पर्व'सारखी नाटके – लिहिण्याचे तेच प्रयोजन आहे. माझ्याकडून हे काम करून घेतल्याबद्दल मी, रवींद्र रुक्मिणी पंढरीनाथ आणि सेवाग्राम यांचा आभारी आहे.

गांधीजींचा दीडशेवा स्मृतिदिन साजरा होण्याच्या आगेमागेच, दिनांक २२ सप्टेंबर २०१९ रोजी, या नाटकाचे पहिले जाहीर वाचन साठ्ये कॉलेज, विलेपारले, मुंबई येथे दुपारी ४.०० वाजता झाले. डॉ. अनिल बांदिवडेकर, शीतल तळपदे आणि त्यांचे इतर सहकारी, यांनी चालवलेल्या 'माध्यम' या संस्थेतर्फे ते सादर झाले. मात्र हे वाचन मी एकट्याने न करता माझ्याबरोबर अपूर्वा परांजपे, अभिषेक साळवी, रोहित मावळे, आदित्य कदम, संजीव तांडेल, योगेश खांडेकर, दिप्ती दांडेकर या सहकाऱ्यांनीही केले. प्रेक्षकांनी आणि उपस्थित पत्रकारांनी या अभिवाचनाची उत्तम प्रकारे दखल घेतली.

थोर व्यक्तींची संपूर्ण चरित्रे नाटकात वा चित्रपटात मांडणे कालमर्यादेमुळे अशक्य आणि अन्याय्य असते. त्यापेक्षा त्यांच्या चरित्रातील मर्यादित कालखंड घेऊन त्यावरच पूर्णपणे लक्ष केंद्रित करणे योग्य ठरते. माझ्या, इंदिरा गांधींवरील, 'इंदिरा' या नाटकात, आणीबाणी जाहीर करण्यापासून पुढली नऊ वर्षे (१९७५ ते १९८४) हा कालखंड मी घेतला होता. त्यापूर्वीच्या, 'घर तिघांचं हवं!' – या, शिक्षणतज्ज्ञ ताराबाई मोडक यांच्या जीवनावरील नाटकातही फक्त तेरा वर्षांचा कालखंड मांडला होता. महात्मा गांधींचे कर्तृत्व आणि जीवनपट अतिशयच व्यापक आहे. तरीही त्यांची अखेर ही नाटककाराला (सत्यापलाप न करताही) आव्हानात्मक आहे. म्हणून मी गांधीजींच्या जीवनांतील अखेरचे वीस दिवस – ज्यात त्यांचे अतिशय बिकट उपोषण व हत्याही येतात, ते निवडले. मात्र, या सगळ्याला ज्याचा संदर्भ आहे, – ते स्वातंत्र्यप्राप्तीचे दिवस विसरले जाऊ नयेत, यासाठी मी नाटकाच्या अगदी सुरुवातीसच 'उपोद्घात' दिलेला आहे.

उपोद्घाताप्रमाणेच, रचनेचा आणखी एक प्रयोग या नाटकात मी केलेला आहे. गांधीजींच्या शेवटच्या वीस दिवसांत समांतरपणे जे काही चालले होते, ज्याचे पर्यवसान गांधीहत्येत झाले – ते सांगणे क्रमप्राप्त होते. मात्र गांधीजींविषयक घटनांइतके प्रत्यक्षपणे ते दिसायला नको होते. यासाठी, दर दोन प्रवेशांमध्ये एक लहान 'छायाप्रवेश' टाकलेला आहे, ज्यांतील व्यक्तींच्या हालचाली छायाकृतींच्या माध्यमातून दिसतील.

रंगमंचावरचे प्रयोग हे केवळ 'प्रयोग' म्हणून न करता, आशय प्रेक्षकांपर्यंत अधिकाधिक स्पष्टपणे पोहोचवण्यासाठीच कसे केले जातात, त्याचे हे एक उदाहरण आहे.

पॉप्युलर प्रकाशनाचे रामदास भटकळ यांचा गांधीविषयक अभ्यास सखोल आणि प्रदीर्घ आहे. 'गांधी : अंतिम पर्व'च्या खाजगी वाचनालाही ते उपस्थित होते अर्थात् त्यांच्याच प्रकाशनाने या नाटकाची संहिता प्रकाशित करावी, हे क्रमप्राप्त होते. हे काम, 'पॉप्युलर प्रकाशन'च्या, अस्मिता मोहिते आणि मेधा भगत यांनी, त्यांच्या नेहमीच्या कार्यक्षमतेने तडीला नेले. मुद्रक अतुल जोशी यांनी आजवर माझ्या अनेक संहितांवर काम केले आहे. त्यांचेही सहकार्य महत्त्वाचे. या सर्वांचे आणि या पुस्तकाच्या निर्मितीला हातभार लावणाऱ्या इतरांचेही मनःपूर्वक आभार.

दि. २ ऑक्टोबर २०१९   — रत्नाकर मतकरी
मुंबई

'गांधी : अंतिम पर्व' या नाटकाच्या अभिवाचनाचा पहिला प्रयोग दि. २२ सप्टेंबर २०१९ रोजी, साठ्ये कॉलेज, विलेपारले, मुंबई येथे, दुपारी ४.०० वाजता, 'माध्यम' या संस्थेतर्फे झाला. खालील कलावंतांनी त्यांतील भूमिकांचे वाचन केले.

बापू :	रत्नाकर मतकरी
मनू :	अपूर्वा परांजपे
प्यारेलाल :	अभिषेक साळवी
वल्लभभाई :	रोहित मावळे
पंडितजी :	संजीव तांडेल
इतर :	आदित्य कदम, योगेश खांडेकर इत्यादी
रंगसूचना :	दिप्ती दांडेकर
'माध्यम' सूत्रधार :	डॉ. अनिल बांदिवडेकर
निर्मिती :	प्रतिभा मतकरी, 'महाद्वार'

उपोद्घात

[अंधारात फटाक्यांचे आवाज. उत्साही संगीत. अनेक आवाजांत स्वातंत्र्याची गाणी ऐकू येतात. अचानक एक किंकाळी. तिच्या पाठोपाठ अनेक किंकाळ्या. रडारड. हिंसक आवाज – 'मारो साले को... तुकडे तुकडे करा,' इत्यादी, हिंदी, मराठी अशा संमिश्र पण एकाच – अत्याचाराच्या भाषेत – स्त्रियांच्या विनवण्या, बालकांचे रडणे, आक्रोश...

हा भीषण हलकल्लोळ चालू असताना अधूनमधून स्वातंत्र्योत्सवाची उत्साही गाणीबजावणीदेखील ऐकू येतात.

आणि एकाएकी प्रकाशझोतात बापूजी उभे दिसतात. अत्यंत व्यथित, दुःखी.

पार्श्वभूमीतील आवाज हळूहळू मंदावत जातात. प्रकाशझोत किंचित विस्तारतो, तेव्हा दिसतो बापूंच्या शेजारी उभा असलेला सुधीर घोष.]

सुधीर : (वाकून बापूजींच्या पायांना स्पर्श करून) बापू, मी सुधीर घोष. आपल्याला न्यायला आलोय.

बापू : कुठे?

सुधीर : दिल्लीला. उद्या १५ ऑगस्ट. आपला पहिला स्वातंत्र्यदिन. त्याच्या उत्सवासाठी.

बापू : उत्सव तर सगळीकडेच चालू आहे. इथं कलकत्त्यातदेखील. पण मी आश्चर्य करत राहिलोय. असा देश असू शकतो का? जिथं एकाच वेळी प्रचंड प्रमाणावर रक्तपात होतोय, हिंसेने कळस गाठलाय, स्त्रियांवर अत्याचार होताहेत, हजारो माणसं मारली जाताहेत, मृत्यूचं तांडव चाललंय, तिथं, त्याच वेळी – माणसं

आनंदोत्सव साजरा करताहेत. गाणीबजावणी करताहेत. मनानं इतका दुभंगलेला देश असू शकतो या भूतलावर?

सुधीर : दुदैवानं असं झालंय खरं. इंग्रजांनी देश सोडून जाताना देशाचे दोन तुकडे केले. मुस्लीम लीगचे बॅरिस्टर जीनासाहेब आणि लियाकत अलीसाहेब यांना त्यांचा पाकिस्तान मिळाला. पंडितजी, सरदार पटेल यांना स्वतंत्र भारत मिळाला... पण बापू, आपण हे कसं होऊ दिलंत?

बापू : या विभाजनातून मला लांबच ठेवलं गेलं, सुधीर. गेली दोन– तीन वर्षं मी काँग्रेसपासून दूर आहे! त्यातून लॉर्ड माउंटबॅटननी तर मला या चर्चेतून जाणूनबुजून वगळलं! कारण माझा पहिल्यापासून फाळणीला कट्टर विरोध होता! मी कायम विचारत आलो की, धर्माच्या मुद्द्यावर देशाचं विभाजन कसं करता येईल? कळवळून सांगत राहिलो... लाखो लोकांचं स्थलांतर करू नका. त्यानं रक्तपात होईल. प्रचंड प्रमाणावर हिंसाचार घडेल. पण या म्हाताऱ्याचं अरण्यरुदन ऐकतं कोण?

सुधीर : हे खरंच आहे, तरीही बापूजी, आपण दिल्लीला चलावं. स्वातंत्र्यदिनाच्या सोहळ्याला हजर राहावं.

बापू : नको रे मला आग्रह करू दिल्लीला येण्याचा. माझं या कलकत्त्यातलं काम संपलं की मी पंजाबला जाईन. तिथून लाहोरला जाईन. तिथले निर्वासित अनाथ होत नाहीत ना, ते पाहण्याचं काम करीन.

सुधीर : बापू, दिल्लीत सगळे आपल्या वाटेकडे डोळे लावून बसले आहेत. आपण आला नाहीत, तर सर्वांचा विरस होईल!

बापू : सुधीर, घरच्या कार्यात सगळे, सर्वांत वडीलधाऱ्या माणसाच्या पाया पडतात. पण तो नसला, तरी कुठलंही कार्य अडून राहत नाही. तीच अवस्था आहे माझी. सगळे मला मान देतात; पण वेळ पडली की सोयीस्करपणे बाजूला ठेवतात. या नवीन पालवी फुटलेल्या देशात, मी एक खूप पिकलेलं, आता कधीही गळून पडेल, असं जीर्णशीर्ण पान आहे सुधीर... समजून घे...

सुधीर : (डोळे पुसत) बापू–

बापू : (त्याला जवळ घेऊन) रडू नकोस. माझ्यासाठी रडू नकोस. रडायचं तर आपल्या देशात मरायला टेकलेल्या माणुसकीसाठी रड. एक सांगतो ते ऐक. जवाहर म्हणतो, फाळणी नाकारली असती तर दुसऱ्या स्वातंत्र्ययुद्धाला तोंड फुटलं असतं!

सुधीर : मग? अशक्य होतं का ही लढाई लढणं?

बापू : जवाहर म्हणतो, हो, अशक्यच होतं. कारावासातून बाहेर पडलेले बहुसंख्य काँग्रेसजन आता वयस्कर झाले आहेत. बरेचजण व्याधिग्रस्त आहेत. एवढा पहाडासारखा सरदार वल्लभभाई, पण त्याचीही तब्येत अलीकडे चांगली नसते. मीच त्याच्यावर निसर्गोपचार करत असतो. मग कोण लढणार होतं हे दुसरं स्वातंत्र्ययुद्ध?

सुधीर : एकटे तुम्ही पुरेसे आहात, बापूजी. पहिलं स्वातंत्र्ययुद्ध तरी कुणाच्या बळावर लढलं गेलं?

बापू : बरोबर आहे तुझं. जवाहर काहीही म्हणो. पण हे युद्ध मी लढणार आहे!

सुधीर : (हर्षभरित होऊन) बापू?

बापू : माझा हा लढा फाळणीविरुद्ध असेल. इंग्रजांनी आणि स्वकीयांनी आपला देश दुभंगला. तो आपल्याला परत जोडायचाय. माणसांची मनं पुन्हा सांधायचीयेत. या कलकत्त्यात कालपरवा द्वेषाचा आगडोंब उसळला होता. आज इथं हिंदू-मुसलमान एकमेकांना मिठ्या मारून १५ ऑगस्ट साजरा करताहेत. धर्माधर्मांतला रक्तपात थांबेल; परत शांती नांदेल, असं मी पाहीन. त्या शांतीसाठी संघर्ष करीन. मग त्यातच मला मरण आलं, तरी आनंद आहे. करेंगे या मरेंगे!

[प्रकाश काही क्षण बापूंवर. नंतर संपूर्ण अंधार. अंधारात श्रेयनामावली उद्घोषित होते.]

अंक पहिला : प्रवेश पहिला

[*रंगमंच उजळतो. दिल्लीमधील बिर्ला हाउस. सध्या इथे बापूंचे वास्तव्य आहे. समोर दोन दारे. (एक बापूंच्या खोलीत उघडणारे. दुसरे आतील खोल्यांकडे जाण्यासाठी.) आणखी एक दार बाहेर उघडणारे. ते सदैव उघडेच असते. पलीकडे व्हरांडा. तिथून प्रार्थनासभेच्या व्यासपीठाकडे जाण्याचा मार्ग. व्यासपीठाचाही काही भाग दिसू शकतो.*

सकाळची वेळ. बापूंची भाची व सहकारी मनू (वय सतरा पण वयाच्या मानाने प्रौढ) बापूंची कागदपत्रे लावून ठेवत आहे. तिला सर्दी झाली आहे. बापू बाहेर येतात.]

मनू : लिहायचे सगळे कागद नीट लावून ठेवले. कोरे आणि पाठकोरेदेखील. (शिंकते.)

बापू : मनू, सर्दी वाढलीये तुझी.

मनू : थोडीशी. होईल बरी. रामनामाचा डोस वाढवलाय.

बापू : (तिच्या कपाळाला हात लावून) नाही, ताप नाहीये. रामनाम घेतेयस, त्यामुळे वाचलीस. (खोकतात.)

मनू : तुमचाही खोकला वाढलाय.

बापू : खोकला वाढला की रामनामाचा जप नीट करता येत नाही, आणि जप नीट केला नाही की खोकला वाढतो! गंमत आहे की नाही? (हसतात.)

मनू : आपण सप्टेंबरमध्ये कलकत्त्याहून दिल्लीला आलो, त्याला आता चार महिने होत आले. पण अजून दिल्लीच्या हवामानाबरोबर जमत नाही आपलं!

[*हे संभाषण चालू असताना बापूंनी अर्धकोरे लिफाफे, पाठकोरे*

कागद वगैरे एकत्र केलेले. मनू त्यांना दाभण आणि दोरा देते. ते छोट्या चोपड्या तयार करू लागतात.]

मनू : बापू, तुमचे हात कापताहेत थंडीनं...

बापू : थंडीनं नाही. निसर्गातली थंडी माणसाच्या उपयोगाची असते. ती कधीच मारक नसते. पण एका वेगळ्याच विचारानं थरकाप होतो माझा मनू. आपण या वाया जाणाऱ्या कागदाच्या वह्या चिठ्या लिहायला, नोंदी करायला वापरतो. पण, कागदावर खरडण्याची चैन सोडाच – ज्यांनी कधी कागद पाहिलासुद्धा नाही, त्या गरीब मुलांचं काय? कशी लिहायला शिकतील ती?

[डॉ. राजेंद्र प्रसाद आत येतात.]

या राजेंद्रबाबू.

डॉ. राजेंद्र० : नमस्कार. (बापूंच्या जवळ बसतात.) हा कसला कारखाना काढलाय?

बापू : काही नाही. रिकामपणाचा उद्योग!

डॉ. राजेंद्र० : रिकामपणाचा? तुम्हाला कधीपासून रिकामपण मिळायला लागलं? (दोघे हसतात.) मनूची तब्येत बरी नाही वाटतं?

बापू : मी रामलल्लाला गाऱ्हाणं घातलंय, की माझं आयुष्य तिला देऊन टाक.

मनू : (फुरंगुटून) काहीतरीच काय बोलता?... डॉक्टरसाहेब, मी तुमच्यासाठी लिंबूपाणी घेऊन येते. (जाते.)

बापू : सावलीसारखी असते बेटी माझ्याबरोबर!

डॉ. राजेंद्र० : ते भाग्यच आहे तिचं.

बापू : बोला... दिल्लीतली एकूण परिस्थिती काय आहे?

डॉ. राजेंद्र० : तेच सांगायला आलो होतो. दिल्लीत पुन्हा जातीय दंगली सुरू झाल्यायत.

बापू : हे राम!

डॉ. राजेंद्र० : काल मोठाच धुमाकूळ झाला. मग पोलिसांना अश्रुधूर सोडावा लागला. त्यामुळे परिस्थिती अधिकच चिघळली!

बापू : रामलल्ला, तुझ्या मनात तरी काय आहे? हा वणवा कधी विझणार आहे की नाही?

डॉ. राजेंद्र० : त्यातून कोणीतरी अफवा पसरवलीये की, लवकरच पाकिस्तान भारताशी युद्ध पुकारणार आहे!

बापू : युद्ध? जन्मल्यापासून अवघ्या चार महिन्यांत युद्ध?

डॉ. राजेंद्र० : ही फक्त अफवा आहे. पण वर्तमानपत्रांना कळेल तर ना? ते लगेच ही बातमी म्हणून छापून मोकळे!

बापू : युद्धाची वार्ता अफवा असेल; पण त्यातून हिंदू-मुसलमानांमधलं वैर तर दिसून येतं ना? ते शमेल तेव्हाच भारत जगण्यालायक होईल!

[*मनू सरबत घेऊन येते. दोघांनाही देते.*]

डॉ. राजेंद्र० : बापू, एक विचारतो. (सरबताचा घोट घेऊन) दिल्लीमध्ये अजून लॉर्ड माउंटबॅटनचं वास्तव्य आहे. दंगली होताना ते उघड्या डोळ्यांनी पाहताहेत. मग त्या थांबवण्यासाठी ते काहीच का नाही करत? कधी कधी असंही वाटतं की, या दंगली पेटवण्यामागे इंग्रजांचा तर हात नाही ना?

बापू : तशी शंका यायला जागा आहे डॉक्टर... सुरुवातीच्या इंग्रजविरोधी मोहिमा सर्व जातिधर्मांनी एकत्र येऊन लढल्या. हे डोळ्यांत आल्यामुळेच तर इंग्रजांनी आपल्यात फूट पाडायला सुरुवात केली ना? अलिगढ युर्निव्हर्सिटीच्या इंग्रज रजिस्ट्रारनं मुस्लिमांना त्यांचा अहंकार दिला, आणि मुस्लीम लीगची स्थापना झाली! त्या विषवृक्षालाच आज ही हिंसेची आणि अत्याचाराची फळं लागलीयेत!

डॉ. राजेंद्र० : म्हणजे माझी शंका रास्त आहे तर!

बापू : तरीसुद्धा, एकदा काय करायची ती तोडफोड करून निघून गेल्यानंतर अजून इंग्रजांच्या कारवाया चालूच असतील, असं मला वाटत नाही. माउंटबॅटन मतलबी आहे. पण देशभरात आगी लावून देण्याइतक्या कुटील स्वभावाचा नाही तो. मी तर म्हणेन की माउंटबॅटनला भारताची थोडीफार काळजी आहे, म्हणून तर तुम्ही आम्ही सुरक्षित आहोत!

डॉ. राजेंद्र० : हेही खरं आहे!

बापू : अर्थात आपण सुरक्षित आहोत, म्हणजे देश सुरक्षित आहे असं

नाही. हिंदू-मुसलमान पूर्वीसारखे पुन्हा एकत्र येतील, तेव्हाच देश खऱ्या अर्थानं सुरक्षित होईल!

[*मनू सरबताचे रिकामे ग्लास घेऊन आत जाते.*]

डॉ. राजेंद्र० : शंका मनाला पोखरत होती. आपल्याशी बोललो, समाधान झालं! येऊ मी? (जायला उठतात.)

बापू : क्षणभर थांबा. एक बोलायचं होतं.

डॉ. राजेंद्र० : बोला.

बापू : मी ऐकतो, की गोपालस्वामी अय्यंगार काश्मीरच्या संदर्भात यूनोशी बोलणी करायला जाणार आहेत...

डॉ. राजेंद्र० : खरं आहे ते.

बापू : पण का? यूनोकडे कशाला जायचं? आता आपण स्वतंत्र आहोत. आपले प्रश्न आपल्यालाच नकोत का सोडवता यायला? ते आंतरराष्ट्रीय वेशीवर टांगायची गरज काय?

डॉ. राजेंद्र० : आपल्यात तेवढा आत्मविश्वास हवा, हे खरं आहे. पण बापू, आम्हा मंडळींचं जे सरकार आहे, त्यात असा ठाम निर्णय घेणारं, कोण आहे?

बापू : कां? तुम्ही आहात; जवाहर आहे; सरदार आहे; मौलाना आहे! तुम्ही सगळे कर्तबगार आहात. तुमच्यातला पुरुषार्थ जागा करा. परदेशाकडून मदत मागणं बंद करा. आपणच जगाला मदत करू, इतकं सामर्थ्य अंगात आणा!

डॉ. राजेंद्र० : तुमचा निरोप सांगतो मी अय्यंगारांना. काश्मीरप्रश्नात यूनोला ढवळाढवळ करू न देण्याचा प्रयत्न राहील आमचा. येतो मी.

बापू : या.

[*डॉ. राजेंद्र० प्रसाद जातात. मनू पाण्याचा तांब्या-भांडे घेऊन बाहेर येते. तांब्या-भांडे टेबलावर ठेवते.*]

मनू : बापू, किती बोलावं लागतं तुम्हाला येणाऱ्या-जाणाऱ्याबरोबर!

बापू : सध्या तरी तेवढंच करू शकतो मी!

[*मौलवीसाहेब येतात.*]

मनू : या मौलवीसाहेब! [*जाते*]

मौलवी : सलाम आलेकुम.

बापू : वालेकुम सलाम. काय सेवा करू ते बोला.

मौलवी : काय बोलायचं ते कळत नाही, बापूजी. शहरातले आम्ही सगळे मुसलमान भीतीनं ग्रासलो आहोत. कोणत्याही क्षणी काहीही होईल, असं वाटतं.

[तांब्यातले पाणी ओतून घेऊन मौलवी ते घटाघटा पितात.]

बापूजी, ज्या दिल्लीवर आम्ही जन्मापासून प्रेम केलं, तिथं जीव मुठीत धरून जगायची वेळ आलेय. आता, बापूजी, आपल्याशिवाय दुसऱ्या कुणाचाच आधार नाही आम्हाला!

बापू : कां? पोलीस नाही संरक्षण देत?

मौलवी : संरक्षण? उलट पोलिसांची भीती वाटायला लागलेय. ते कधी आम्हाला शहरातून हुसकावून लावतील, काही सांगता येत नाही. मुसलमानांची दुकानं लुटली जात असताना हिंदू पोलीस जाणूनबुजून डोळेझाक करतात!

बापू : अरेरे! इतके भ्रष्ट व्हावेत पोलीस? ज्यांनी शांतता राखायची, त्यांनीच अत्याचार करावेत? राम राम राम... गृहमंत्र्यांशी बोलेन मी या बाबतीत...

मौलवी : मेहरबानी बापूजी.

बापू : मेहरबानी नका म्हणू. हिंदू काय किंवा मुसलमान काय, दोघांचंही संरक्षण करणं हे आमचं कर्तव्यच आहे!

मौलवी : बापूजी!

बापू : पण तुम्हीही लक्षात ठेवा की, हा देश तुमचा आहे; आणि कोणीही कितीही भडकवलं, चिथावणी दिली, तरी तुम्ही मौलवी म्हणून, मुसलमानांना सरळ मार्गानंच चालायला भाग पाडलं पाहिजे. मग हिंदू आणि शीखदेखील तुमच्याशी सरळपणे वागतील!

मौलवी : कबूल आहे बापूजी.

बापू : उद्या पाकिस्ताननं युद्ध पुकारलं तर कोणाची बाजू घ्याल?

मौलवी : अर्थात भारताची.

बापू : पाकिस्तान मुस्लीम राष्ट्र असलं, तरी ते चुकत असेल तर तसं तुम्ही जाहीरपणे म्हटलं पाहिजे. हा प्रश्न मुसलमान किंवा हिंदू

यांचा नाहीये, मौलवीसाहेब... माणसाच्या सदसद्‌विवेकबुद्धीचा आहे. प्रत्येकानं भगवंताशी—खुदाशी—आणि स्वतःशी राखायच्या इमानाचा आहे!

मौलवी : आपले विचार मोलाचे आहेत. आम्ही ते आमच्या बांधवांपर्यंत जरूर पोहचवू. खुदा हाफीज!

[*जातात. बापू त्यांना पोहचवायला दारापर्यंत जातात. त्यांचा निरोप घेऊन परततात, तोच त्यांनी इतका वेळ दाबून ठेवलेला खोकला एकदम बाहेर पडतो. बापूंचे खोकणे ऐकून मनू धावत येते.*]

मनू : (हाका मारत) प्यारेभाई– प्यारेभाई.

[*प्यारेलाल येतो. सुमारे पन्नाशीचा.*]

प्यारेलाल : काय झालं बापू? बापू–

[*मनू बापूंना पाणी पाजण्याचा प्रयत्न करते. आता त्यांचा खोकला थांबलेला. पण भोवळ येऊ लागलेली.*]

मनू : चक्कर येतेय वाटतं त्यांना!

[*प्यारेलाल आणि मनू, दोघे मिळून त्यांना आसनावर बसवतात. त्यांची धांदल उडालेली. पण बापू त्यांना हात दाखवून थांबवतात. मांडी घालून बसतात आणि रामनामाचा जप करू लागतात.*]

मनू : (प्यारेलालना बाजूला घेऊन) बोलण्याचे खूप श्रम होतात त्यांना. पण सगळेजण अशा काही बिकट परिस्थितीत येतात, की त्यांचं सांत्वन करण्यासाठी बोलावंच लागतं. काय करावं?

[*उघड्या दारात सरदार वल्लभभाई पटेल उभे.*]

सरदार : (दारातूनच) बापू कामात आहेत का?

[*प्यारेलाल आणि मनू यांना काय सांगावे ते कळत नाही. पण–*]

बापू : (डोळे उघडून) रामनामाचा जप केला. आता एकदम ताजातवाना झालोय!

प्यारेलाल : सरदार पटेल आलेयत.

सरदार : नमस्कार बापू.

[*मनू घरात जाते.*]

बापू : टेलिपथी, शुद्ध टेलिपथी! आत्ता या क्षणी मला गृहमंत्र्यांशीच बोलण्याची निकड होती!

सरदार : मला कल्पना आहे. घडतंय ते गृहखात्याला शोभादायक नाही.

बापू : आत्ताच एक मौलवी येऊन गेले. सारी मुस्लीम जमात भयभीत झाली आहे. मशिदींची तोडफोड झालीये. काहींमध्ये हिंदू निर्वासितांनी आपल्या मूर्ती ठेवून देवळं तयार केलीये!

सरदार : काळजी करू नका. सात दिवसांच्या आत बिगरमुस्लिमांना मशिदीतून बाहेर पडायला लावतो. तसं न करणाऱ्यांना पोलीस खेचून बाहेर काढतील.

बापू : तसं नको. धार्मिक स्थळांत पोलिसांची कारवाई कशाला? त्यापेक्षा हिंदूंनी स्वतःहूनच आपण ठेवलेल्या मूर्ती बाहेर काढून मशिदी पहिल्यासारख्या करायला हव्यात. शिवाय—

सरदार : शिवाय काय?

बापू : सरदार, आपल्या पोलिसांवर जनतेचा विश्वास नाही. का असावा? आपण पोलीस अधिकारी निवडलेयत ते हिंदू निर्वासितांमधून. पाकिस्तानात घरदारं सोडून आलेले हे लोक मुसलमानांवर सूड घेतल्याशिवाय राहतील?

सरदार : आहे खरा मोठाच पेच!

[*मनू सरबत घेऊन येते. सरदारांना देते.*]

बापू : आपलं-परकं विसरून सर्वांना देशासाठी एकजुटीनं काम करावंसं वाटलं, तर कितीतरी प्रश्न सुटतील. साम्यवाद नको, समाजवाद नको, हवा फक्त मानवतावाद!

सरदार : बापू, मला सगळं पटतं. पण कारभाराचा गाडा चालवायचा म्हणजे अधिकाऱ्यांवर विसंबून राहावं लागतं. प्रत्यक्ष कारभार तेच चालवतात. या कठीण दिवसांमध्ये त्यांच्यासमोर नैतिक पेच टाकले तर ते काम करणंच बंद करतील! कशी त्यांच्या निष्ठेची परीक्षा पाहायची?

बापू : मी काय सांगू? मी सरकारात नाही. तुम्ही माझ्या विचारांचं भान ठेवता. पण प्रत्यक्ष कारभारात मी ढवळाढवळ करू शकत नाही. [*मनू रिकामा ग्लास उचलून नेते.*] जवाहरची कितपत मदत होते गृहखात्याला?

प्यारेलाल : एक्स्क्यूज मी. बापू, मी पलीकडच्या खोलीत आहे. काही लागलं तर हाक मारा. येतो सरदारजी. [*जातो.*]

सरदार : हुशार आहे तुमचा सेक्रेटरी. जवाहरविषयी आपल्याला काही खाजगी बोलायचं असेल, असं वाटून निघून गेला!

बापू : तुमच्या व्यवहारीपणाविषयी, राज्यकारभारातल्या चातुर्या-विषयी जवाहरला फार आदर आहे.

सरदार : असेल. पण शेवटी स्वतःला आणि त्याच्या सल्लागारांना वाटेल तेच तो करतो!

बापू : सरदार, तुम्ही आणि जवाहर – दोघांनी एकमेकांना कितीही विरोध केला, तरी जवळ जवळ तीन वर्षं तुम्ही दोघे स्वातंत्र्ययुद्धात एकत्र आहात. तिथं तुम्ही मित्र म्हणून, आणि स्वातंत्र्यसैनिक म्हणून, एकमेकांना पुरेपूर साथ दिलीत!

सरदार : जवाहरला मी सर्वांत जवळचा मित्र मानतो. म्हणूनच स्वतः बाजूला होऊन त्याचा मार्ग मोकळा करावा असं मला वाटतं.
[*बापू चमकतात. काही क्षणांच्या शांततेनंतर–*]

बापू : सरदार, एक अगदी खाजगी प्रश्न विचारतो. पंतप्रधानपदासाठी मी तुमच्या नावाचा आग्रह धरला नाही, याचा सल तर नाही ना तुमच्या मनात? पण खरं सांगायचं तर त्या बाबतीत माझं मत कोणी विचारलंच नाही!

सरदार : विचारलं असतं, तरी तुम्ही जवाहरचंच नाव सांगायला हवं होतं. जवाहर तडफदार आहे; धडधाकट आहे; मुख्य म्हणजे माझ्यापेक्षा कितीतरी अधिक तरुण आहे! पंतप्रधान म्हणून असाच माणूस हवा! – नाही, त्याच्या निवडीविषयी माझ्या मनात जरादेखील किल्मिष नाही!

बापू : मग?

सरदार : मलाच अलीकडे वाटायला लागलंय, की हे राज्यकारभाराचं ओझं डोक्यावरून उतरून ठेवावं!

बापू : (आश्चर्याने) एवढ्यात? ते ओझं डोक्यावर घेतलं त्याला दिवस किती झाले?

सरदार : जबाबदारीचं ओझं वाटायला एक दिवससुद्धा पुरेसा असतो, बापू! त्यातून आजकाल माझी तब्येत बरी नसते, हे आपण चांगलंच जाणता.

बापू : सरदार, तुम्ही आणि जवाहर जे काही करता, ते मातृभूमीवरच्या निष्ठेनंच. फक्त तुमचे मार्ग वेगवेगळे आहेत. माझं इतकंच सांगणं आहे, की तुमच्यात फूट पडू देऊ नका. नाहीतर काँग्रेसच्या नेत्यांमध्ये कशी फूट पडते, ते पाहायला, नवजात पाकिस्तान टपूनच बसला आहे!

सरदार : हेच बघा ना, कश्मीरच्या शेख अब्दुलांच्या धोरणाविषयी मला दाट शंका आहे. पण जवाहरचा मात्र त्यांच्यावर गाढ विश्वास आहे.

बापू : हो, पण हे लॉर्ड माउंटबॅटनपर्यंत पोहचू देऊ नका. कारण कश्मीर हा आपल्या देशाचा कौटुंबिक प्रश्न आहे. त्यात त्यांना ढवळाढवळ करावी लागणं, ही शरमेची गोष्ट ठरेल!

सरदार : कश्मीरप्रश्न जर अधिक चिघळला, तर भारत-पाक युद्धालाही तोंड फुटू शकतं!

बापू : खरं आहे. कश्मीरप्रश्न म्हणजे गवतात टाकलेली पेटती आगकाडी आहे. कधी भडका उडेल, ते सांगता येत नाही... सरदार, उद्या भारत-पाक युद्ध झालं, तर ते बघायला मी या जगातच राहणार नाही!

सरदार : असं काहीतरी बोलू नका. तुमचा राम तुम्हाला कुठल्याही प्रसंगातून तारून नेईल. काळजी करू नका बापू. मी जवाहरला नेहमीच साथ देईन!

[*सरदार जातात. बापू त्यांच्या दिशेने पाहता पाहता तंद्रीत जातात.*]

बापू : फुटू नका हो, फुटू नका! सरदार, तुम्ही आणि जवाहर- दोस्त, सहकारी, स्वातंत्र्यसैनिक, मातृभूमीचे सच्चे लाडले बच्चे! तुम्ही तरी फुटू नका! देश फुटला, माणसं फुटली, धर्म वेगळे झाले, नाती तुटली! फुटीचं हे विष कुठपर्यंत पसरणार आहे?... मी माझ्या अंतरात्म्याचा आवाज ऐकण्याचा प्रयत्न करतोय. तो मला हेच सांगतोय. तुटलेलं जोड! फुटलेलं सांधण्याचा प्रयत्न कर! ...म्हणून सांगतो. हिंदूंनो, मुसलमानांनो, आपसात फूट पडू देऊ नका. जवाहर, सरदार, फूट पडू देऊ नका हो... तुम्हा दोघांत फूट पडू देऊ नका!

[*सावकाश अंधारत जाते.*]

छायाप्रवेश १/१

[*रंगमंचाच्या एका भागात घडणाऱ्या या छायाप्रवेशातील पात्रांच्या फक्त छायाकृती दिसतात. चौघेजण.*]

त्यांच्यापैकी १ : म्हातारा गांधी मेलाच पाहिजे!

२ : गेली पंचवीस वर्षं आपण पुनःपुन्हा हेच म्हणत आलो.

सगळे : म्हातारा गांधी मेला पाहिजे! म्हातारा गांधी मेलाच पाहिजे!

१ : हिंदू राष्ट्रवाद आक्रमक आहे!

२ : भारतीय संस्कृती सर्वश्रेष्ठ आहे!

४ : पवित्र हिंदुत्वाचा आम्हाला गर्व आहे!

३ : अपवित्र मुसलमानांनी आपला देश लुटला आहे!

१ : हा म्हणतो, त्यांच्याशी ऐक्य करा, ऐक्य!

२ : हिंदू-मुसलमान ऐक्य? हा बाटगेपणा अशक्य!

३ : हिंदुत्वाचा हा काळिमा आपण तत्काळ पुसलाच पाहिजे!

सगळे : म्हातारा गांधी मेला पाहिजे! म्हातारा गांधी मेलाच पाहिजे!

१ : याचे कौतुक करता करता लोक लोकमान्यांना विसरले!

४ : महाराष्ट्राचे राजकारण धुळीला मिळाले!

२ : म्हणे अहिंसा! अहिंसेने का कधी राज्य येते करता?

३ : खुळे लोक फसतात सत्य-अहिंसेच्या थापांना!

४ : बुळे मध्यमवर्गीय नि देशी साहेब लागलेय्त याच्या नादाला.

१ : पण आजचा तरुण नाही फसणार या दांभिक तत्त्वांना.

२ : आपण तरुणांना शौर्याचे धडे देऊ.

३ : हिंसेचे भगवे तत्त्वज्ञान शिकवू.

१ : त्यासाठी या बुद्ध्याचा बोलबाला थांबवू.

२ : विसरायला लावू, या भोंदूने सांगितलेले, जे जे!

सगळे : म्हातारा गांधी मेला पाहिजे! म्हातारा गांधी मेलाच पाहिजे!

(एका तरुणाची छायाकृती पुढे होते.)

तरुण : मी आपल्याशी सहमत आहे.

१ : तू? तू रे कोण?

तरुण : मदनलाल पाहवा. एक निर्वासित तरुण. माझं आहे एकच ध्येय – गांधीचं मरण!

२ : हे ठरवण्याचं कारण?

तरुण : देशाची फाळणी. माझ्या कानात घुमताहेत निर्वासितांचे आक्रोश! मी गांधीला मारून टाकीन! कारण त्याच्यामुळेच झाली देशाची फाळणी!

सगळे : गांधीमुळे झाली देशाची फाळणी! गांधीमुळेच फाळणी झाली!

२ : हे खरं नाही. पण पुनःपुन्हा सांगितल्यावर कुणालाही हेच खरं वाटेल!

मदन : खरं–खोटं मला समजत नाही. एकच आवाज माझ्या मनात गर्जे –

सगळे : म्हातारा गांधी मेला पाहिजे. म्हातारा गांधी मेलाच पाहिजे!

१ : अरे मदनलाल, राहतोस कुठे तू?

मदन : निर्वासित म्हणून राहत होतो मशिदीत. पण गांधीच्या हुकमावरून हुसकावले गेले सारे बिगरमुस्लीम. त्यात बेघर झालो.

३ : आम्ही तुला घर देऊ. करू खाण्यापिण्याची सोय.

२ : आमच्यासोबत राहा आता गांधीवधापर्यंत.

१ : जानेवारीमध्येच – या महिन्याच्या शेवटापर्यंत–

२ : गांधीचा वध झालाच पाहिजे!

सगळे : म्हातारा गांधी मेला पाहिजे! म्हातारा गांधी मेलाच पाहिजे!

२ : पण गांधीचा वध वाटतो तेवढा सोपा नाही!

मदन : कां? जनता त्याच्या पाठीशी आहे, म्हणून?

२ : नाही, दैव त्याच्या बाजूला आहे, म्हणून!

३ : आजवर त्याच्या हत्येचे किमान पाच प्रयत्न झाले!

१ : सारेच्या सारे निष्फळ ठरले!

४ : ३४ साली पुण्यात त्याच्या गाडीवर बॉम्ब टाकला. तो चुकून शेजारच्या गाडीवर पडला!

१ : पुणे-मुंबई मार्गावर त्याची रेल्वे खोल दरीत ढकलण्याचा प्रयत्नही फसला!

३ : थत्ते नावाच्या कार्यकर्त्याकडचा मोठा सुरा – तो पोलिसांनी जप्त केला!

मदन : पण तेव्हा तर गांधीने फाळणी नव्हती केली. मग का त्याची हत्या करावीशी वाटली?

१ : नसेल त्याने केली फाळणी, तरीही तो आहे आमचा वैरी!

२ : जोवर त्याचा गौरव होईल, जनता त्याच्या मागे जाईल –

३ : तोवर आमचे थोर नेते, स्वातंत्र्याचे खरे उद्गाते – यांना यश मिळणार नाही, आमची सत्ता येणार नाही!

४ : त्याच्या वधानंतरच होऊ शकू देशाचे राजे!

सगळे : म्हणून गांधी मेला पाहिजे! म्हातारा गांधी मेलाच पाहिजे!

[*अंधार*]

अंक पहिला : प्रवेश दुसरा

[*बिर्ला हाउस. बापू मनूला डिक्टेशन देताहेत.*]

बापू : (सावकाश) निर्वासित म्हणतात — की मी त्यांच्याकडे लक्ष देत नाही... पण हे खरं नाही. — मी केवळ त्यांच्या हितासाठीच — इथं दिल्लीत ठाण मांडून बसलो आहे. (थांबून) माझी परिस्थिती एक मला माहीत, की ईश्वरालाच माहीत!

मनू : ईश्वरालाच माहीत!... पुढे?

बापू : पुढे? पुढे काय, ते कुठं माहितेय मला? जाऊ दे. आज प्रार्थनासभेसाठी भाषण तयार करणंच नको. तिथं आयत्या वेळी माझ्या मनात येईल, तेच मी बोलेन.

मनू : (लेखनसाहित्य उचलून ठेवत) जे काय बोलाल, ते लोकांच्या हिताचंच असेल!

बापू : नाही ग! स्वतः अंधारात चाचपडणाऱ्या माणसानं दुसऱ्यांना वाट दाखवण्याचा आव आणण्यात काय अर्थ आहे? ...कधी कधी वाटतं, की निर्वासित म्हणत असतील - आम्ही या कडाक्याच्या थंडीत उघड्या आकाशाखाली पडलोय, आणि हा ढोंगी, लबाड बुड्ढा मात्र मजेत बिर्लाच्या बंगल्यात राहतोय!

मनू : बापू, कुठला कृतघ्न माणूस म्हणेल, की तुम्ही निर्वासित होऊन उघड्यावर पडावं?

बापू : मनू, आम्हा नेत्यांच्या राजकीय निर्णयामुळे त्या बिचाऱ्या निरपराध नागरिकांवर ही वेळ आली आहे. घरात कोणाचा मृत्यू झाला तर आपण सुतक पाळतो. आज देशात मृत्यू थैमान घालतोय आणि आम्ही... आम्ही जाहीर सभांमधून नुसती लंबीचौडी भाषणं ठोकतोय सहानुभूतीची! शरम वाटते मनू मला — स्वतःची शरम वाटते!

मनू : बापू, तुम्ही राजकारणाबाहेर आहात. राज्यकर्ते परिस्थिती आटोक्यात आणू शकत नाहीत, याचा दोष तुम्ही स्वतःवर का घेता?

बापू : (काही क्षण तिच्याकडे पाहत राहतात. मग-) मनू, तुझा कुडता फाटलाय!

मनू : कुठे? (बापू दाखवतात.) माझ्या लक्षातच आलं नव्हतं.

बापू : शिवून टाक.

मनू : कठीण आहे! वेगळं कापड लावलं, तर खराब दिसेल!

बापू : मऽग -खिशाचं कापड काढून लाव. नाहीतरी आपल्याला खिसा हवाच असतो कशाला? खिसा आला की त्यात काही ठेवण्याची इच्छा आली... जमा करण्याची वृत्ती आली! ...मनू, तुझी तब्येत अजून सुधारत नाही!

मनू : पण त्यात एवढं काळजी करण्यासारखं काय आहे?

बापू : नादान लडकी! कोवळा अंकुर सुकायला लागला, तर त्यात माळ्यानं काळजी करण्यासारखं काही नाही?

मनू : बापू! किती माया करता माझ्यावर!

[*तिच्या डोळ्यांत आसवे येतात. पण ती बापूंना दिसू नयेत, म्हणून ती लेखनसाहित्य टेबलावर ठेवण्याच्या निमित्ताने उठून जाते. प्यारेलाल येतो.*]

बापू : बरा आलास प्यारेलाल! आपले वज्रलाल नेहरू आहेत ना?

प्यारेलाल : योगविद्येचे शिक्षक?

बापू : हो. त्यांना म्हणावं, या मुलीला ताब्यात घ्या. तिची तब्येत एकदम ठणठणीत करा योगासनांनी.

प्यारेलाल : जरूर सांगतो. आपल्याला बरं वाटतंय ना आज?

बापू : निदान कान तरी चांगलेच शाबूत आहेत. एकाच वेळी फाळणीग्रस्तांच्या किंकाळ्या आणि अंतरात्म्याचा आवाज- दोन्ही ऐकू येताहेत मला!

प्यारेलाल : बापू, मी एक पाहिलंय. जेव्हा जेव्हा आपण अतिशय गोंधळलेले वाटता, तेव्हा तेव्हा आपल्याला सहजपणे सरळ मार्ग सापडतो!

बापू : प्यारे, समजायला लागल्यापासून माझी ईश्वराला पाहण्याची आकांक्षा होती... मी त्याच्यापर्यंत कधी पोहचेन, सांगता येत नाही. पण तो दिवस आता फार दूर नाही.

प्यारेलाल : (साशंक) म्हणजे? आपल्या मनात तरी काय आहे?

बापू : ते कुठं समजतंय मला? मी प्रकाशासाठी चाचपडतोय प्यारे. अगदीच काळोख आहे असं नाही. मधेच एखादा किरण दिसतोय. पण अजून प्रकाश... प्रकाश... (जाऊ लागतात. वळून) कुणी आलं तर बोलवा. मी लायब्ररीत आहे!

मनू : बापू, आज जरा विश्रांती घ्या. बंगालीचा पाठ आज वाचला नाही, तर चालणार नाही का?

बापू : विश्रांतीचे चोचले पुरवायचे, तर सगळं वाचन-लेखन कायमचं बंद करावं लागेल! [*जातात.*]

[*क्षणभर शांतता. मग—*]

मनू : काहीतरी विलक्षण उलघाल चाललीये त्यांच्या मनात...

प्यारेलाल : इतकी वर्षं आपण त्यांच्या बरोबर आहोत, पण अजून आपल्याला त्यांच्या बेतांचा अंदाज करता येत नाही!

[*मौलवी येतात. त्यांच्याबरोबर एक तरुण.*]

मौलवी : सलाम वालेकुम प्यारेलाल. बापूजी बाहेर गेलेत का?

मनू : नाही, लायब्ररीत आहेत. मी सांगून येते, आपण आल्याचं. [*जाते.*]

मौलवी : प्यारेलाल, खरंच का आपल्या देशानं यूनोला विचारलंय, पाकिस्तानशी युद्ध करण्याबाबत?

प्यारेलाल : कोण पसरवतं या अफवा कळत नाही! पण मौलवीसाहेब, आपल्यासारख्या जाणत्या माणसानं तरी अशा अफवांना बळी पडता कामा नये! कश्मीरनं आपल्याकडे मदत मागितली तर ती शेजारधर्म म्हणून करणं भाग आहे. याचा अर्थ आपण पाकशी युद्ध करणार, असा होतो का?

[*मनू बापूंना घेऊन येते.*]

मौलवी : सलाम वालेकुम बापूजी. पुन्हा आलो आपल्याला तकलीफ द्यायला.

बापू : हे दिवसच असे आहेत मौलवीसाहेब, की तकलीफ-शिवाय दुसरं काहीच आपण देऊ-घेऊ शकत नाही!

मौलवी : आपला निरोप मी आमच्या भाईजाद्यांपर्यंत पोहोचवला. अगदी कळकळीनं पोहोचवला. बुजुर्गांनी ते मानलं. पण जवानांचं समाधान होत नाही! हा हबीब. हा एकसारखा मागे लागलाय आपल्याशी बोलायचंय म्हणून. घेऊन आलो! काही उलटसुलट बोलला, तर त्याची बत्तमिजी माफ करा.

बापू : बोलू दे त्याला मोकळेपणानं.

हबीब : बापूजी, मौलवीसाहेब सांगताहेत, की, धीर धरा. किती दिवस आम्ही धीर धरायचा? आणि कसा? काल रात्रीच आमच्या शेजाऱ्याच्या घरात शिरून काही हिंदूंनी मारहाण केली. मग पोलीस आले! तेही हिंदूच. त्यांनी टिअरगॅस सोडला... या भानगडीत हिंदूंच्या टोळक्यांनी आमच्या बायकांची पण बेइज्जती केली! आज हे शेजारच्या घरात झालं. उद्या आमच्या घरात होईल! किती दिवस काढायचे आम्ही या धास्तीमध्ये?

मौलवी : बापूजी, आपल्याला ठाऊक आहे की, या देशालाच आम्ही आमचं वतन समजतो. कितीही हालअपेष्टा सहन करू, पण देश सोडणार नाही, अशी कसम खाल्ली आहे आम्ही!

हबीब : पण इथं आमचा छळच होणार असेल, तर आमच्या देशभक्तीला किंमतच काय राहिली? आज ना उद्या हा देश सोडणं भागच पडेल आम्हाला!

बापू : (चढता क्रोध आवरण्याचा प्रयत्न करत) मग? -कुठं जायचंय तुम्हाला?

प्यारेलाल : तुम्ही पाकिस्तानात तर जाऊ शकत नाही. कारण मुळात पाकिस्तानच्या निर्मितीलाच तुमचा विरोध होता! -मग? आणखी कुठं जायचंय तुम्हाला?

हबीब : कुठंही जाऊ... पण जिथं आमचा आत्मसन्मान राहत नाही, आम्हाला रस्त्यावरच्या कचऱ्याइतकीही किंमत दिली जात नाही, जिथं आमच्या जगण्याची, आमच्या बायकांच्या अब्रूची गॅरंटी नाही, तिथं आम्ही कसं राहायचं? रोज रात्री आम्हाला वाटतं की,

उद्याची सकाळ पाहायला मिळेल ना? आमचे बिबीबच्चे उद्यापर्यंत जिवंत असतील ना? ही धास्ती घेऊन कसं राहायचं आम्ही या देशात?

[बापू चिडलेले. पण काहीच बोलत नाहीत... त्यांचे हातपाय मात्र संतापाने थरथरताहेत.]

प्यारेलाल : (तोही चिडलेला) हे सांगायला आलात तुम्ही इथं? हा देश सोडून जायचंय, असं?

हबीब : (चढलेल्या आवाजात) हो. आमच्या साऱ्या वस्तीचं हेच म्हणणं आहे. बुजुर्गांची हिंमत होत नाही बापूंना सत्य सांगण्याची. पण आम्हाला कोणालाच इथं राहणं परवडणार नाही!

प्यारेलाल : पुन्हा विचारतो- कुठं जायचंय तुम्हाला?

हबीब : आमच्या जाण्याची सोय केलीत तर आम्ही इंग्लंडला जाऊ. इंग्रजांच्या राज्यात आम्ही निदान सुरक्षित राहू. भारतातल्या स्वातंत्र्यापेक्षा इंग्रजांची गुलामगिरी बरी!

बापू : (एकदम उसळून) शरम नाही वाटत असं वेडवाकडं बोलायला? हजारोंनी त्याग करून, बलिदान करून हा देश इंग्रजांच्या मगरमिठीतून सोडवला, आणि आता तुम्ही लाचार होऊन पुन्हा इंग्रजांच्या आसऱ्याला जाणार?

मनू : बापू, शांत व्हा...

बापू : स्वतःला देशभक्त मुसलमान म्हणवता आणि देश सोडण्याच्या गोष्टी बोलता? हा देश जितका हिंदूंचा आहे तितकाच तुमचाही आहे. तितकाच शिखांचा, ख्रिश्चनांचा, ज्यूंचा आहे! इथला प्रत्येकजण भारतीय आहे. आणि भारत प्रत्येकाचा आहे!

मनू : प्यारेभाई, बापूंकडे बघ. त्यांचं ब्लडप्रेशर वाढेल! (भांड्यात ओतून पाणी देत) बापू, पाणी प्या.

प्यारेलाल : बापू, त्यांना समजलंय. तुम्ही शांत व्हा!

मौलवी : बापूजी, आपण आराम करा. आम्ही निघतो. चल, हबीब.

[हबीब नाइलाजाने निघतो.]

बापू : थांब बेटा. (त्याच्या खांद्यावर हात ठेवतात. तो हात झटकतो.) नाराज होऊन जाऊ नकोस. माफ कर. मी रागावून बोललो. माझा

तोल गेला. कारण मी तुझ्याच परिस्थितीत आहे. इथून पुढे कुठं जायचं, या प्रश्नाचं उत्तर माझ्याकडेही नाही.

मौलवी : गुस्ताखी माफ बापूजी.

बापू : मौलवीसाहेब, तुमच्यावरचं संकट मी समजू शकतो. पण या संकटात, ध्यानात घ्या, तुम्ही एकटेच नाही. मीही आहे तुमच्यासोबत. ईश्वर काहीतरी मार्ग दाखवेल. लवकरच ...अगदी लवकरच काहीतरी घडेल. त्याच्या कृपेनं आपल्याला वाट सापडेल. तोवर थोडा धीर धरा. तुमचं दुःख दूर करण्याचा मी प्रयत्न करीन!

मौलवी : आम्हाला खात्री होतीच की, आपण हे आव्हान स्वीकाराल. आमच्यापैकी कोणी पुन्हा इंग्रजांचं नाव घेणार नाही. चल बेटा. खुदा हाफिज...

[*मौलवी आणि हबीब जातात. मनू घरात जाते.*]

बापू : (एक दीर्घ श्वास घेऊन) प्यारे, काय उत्तर द्यायचं आपल्या मुस्लीम बांधवांना? तात्पुरतं समाधान करतो मी त्यांचं. पण वेळीच इलाज केला नाही तर ही जखम अशीच चरत जाणार!

[*मनू रक्तदाब मोजण्याचे साहित्य घेऊन बाहेर येते.*]

प्यारेलाल : सरदार पटेल आणि पंडितजी प्रयत्नांची पराकाष्ठा करताहेत, पण त्यांनाही दिल्लीवर ताबा ठेवणं कठीण जातंय!

बापू : दिसतंय मला. पण दिल्लीवरचा ताबा सुटला, तर या देशावरचा ताबा सुटेल – आणि विश्वशांतीची शेवटची आशाही संपेल!

[*मनू आणि प्यारेलाल रक्तदाब मोजताहेत. एवढ्यात पंडित नेहरू येतात.*]

पंडितजी : नमस्कार. बापूंच्या तब्येतीची चौकशी करायला आलो होतो.

मनू : (पट्टा काढून टाकत) वन फिफ्टी. वाढलंय ब्लडप्रेशर.

पंडितजी : काळजी घ्यायला हवी.

बापू : कोणाकोणाची काळजी घ्याल तुम्ही? या म्हाताऱ्याची, की राष्ट्राची?

पंडितजी : तुम्ही आणि राष्ट्र वेगळे थोडेच आहात?

बापू : जवाहर, या आलिशान बंगल्यात राहणं माझ्या जीवावर येतं. कुठं दुसरीकडं व्यवस्था होऊ शकेल?

पंडितजी : बापू, निर्वासित उघड्यावर पडलेत, म्हणून तुम्ही बिर्ला हाउस सोडण्याची गरज नाही. तुमची काळजी मी थोडीशी दूर केलीये. पंतप्रधान निवासस्थानात, जितक्यांना राहता येईल तितक्या निर्वासितांची सोय केलीये. सर्व मंत्र्यांनाही त्यांच्या गरजेइतकीच जागा वापरून उरलेली जागा निर्वासितांसाठी ठेवायला सांगितलंय!

बापू : यानं सगळ्याच निर्वासितांची सोय होणार नाही. पण हे पंतप्रधानानं देशाला आदर्श घालून देणं आहे. गुड वर्क जवाहर!

मनू : (पंडितजींना) माफ करा. एक शंका विचारते. आम्ही कधीही दिल्लीत आलो की बापूंच्या आवडत्या भंगी कॉलनीत उतरतो. मग या वेळी—

पंडितजी : सप्टेंबरमध्ये तुम्ही आलात, तेव्हा निर्वासितांचे लोंढे येत होते. त्यांची सोय हरिजन वस्ती, भंगी वस्ती वगैरे मोठ्या वस्त्यांमध्ये केली. म्हणून तुम्हाला इथं ठेवलं. अजूनही निर्वासितांच्या राहाण्याचा प्रश्न पुरता सुटलेला नाही. पण त्यांना बिर्ला हाउसमध्ये ठेवून बापूजींना निर्वासित करणं, हे त्यावरचं उत्तर नाही.

[*मनू रक्तदाब मोजण्याचे साहित्य घेऊन घरात जाते.*]

बापू : जवाहर, काल लॉर्ड माउंटबॅटनशी बोलणं झालं माझं.

पंडितजी : कशाबद्दल?

बापू : आपण पाकिस्तानचं जे देणं लागतो, त्याबद्दल.

पंडितजी : पण ते फायनल झालंय. प्यारेलाल, सांगा काय ठरलंय आपलं?

प्यारेलाल : देशाची फाळणी करताना भारताकडे ३७५ कोटी रुपयांचा कॅश बॅलन्स होता. त्यातले ३०० कोटी भारताचे, आणि ७५ कोटी पाकिस्तानचे, असं ठरलं. नवीन राष्ट्र निर्माण झाल्यानंतर पहिल्या चार महिन्यांच्या खर्चासाठी म्हणून आपण २० कोटी रुपये पाकिस्तानला आगाऊ दिले.

बापू : उरलेले ५५ कोटी? ते कुठं दिले आपण या चार महिन्यांत?

पंडितजी : आपण ते देणारच आहोत. कश्मीरप्रश्न मार्गाला

लागल्यानंतर. कश्मीरमधली रात्रंदिवस चाललेली धुमश्चक्री एकदा संपली की मगच राहिलेले ५५ कोटी पाकिस्तानला द्यायचे, असा निर्णय घेतलाय आपल्या सरकारनं.

बापू : या निर्णयावरचंच मत हवं होतं मला, लॉर्ड माउंटबॅटनचं.

पंडितजी : मग काय म्हणाले ते?

बापू : त्यांच्या मते, स्वातंत्र्य मिळाल्यानंतर आपण केलेली पहिली लाजिरवाणी कृती आहे ही... फर्स्ट डिसऑनरेबल ॲक्ट!

पंडितजी : आपल्याला काय वाटतं?

बापू : मलाही तेच वाटतं. नैतिक भूमिका घेऊन, सत्य आणि अहिंसा यांच्या बळावर आपण स्वातंत्र्य मिळवलं. त्याच वेळी फाळणीमुळे जो रक्तपात झाला, त्यानं अहिंसेला तर आपण हरताळ फासलाच आहे, पण आता पाकिस्तानचं देणं द्यायचं टाळून, नीतिमत्तेलाही काळिमा फासायचा का?

पंडितजी : पण आपण ५५ कोटींचं देणं द्यायचं टाळतच नाही आहोत. फक्त, आत्ताच पैसे दिले, तर ते कश्मीरविरुद्ध कारवाया करण्यासाठी पाक सैनिकांना मदत म्हणून दिले, असं म्हटलं जाईल, म्हणून आपण हा ठराव केला. आता आपण वागतोय ते ठरावाप्रमाणेच आहे!

बापू : हा ठराव आपण केलाय. पाकनं नव्हे. अटी आपण घातल्या आहेत. पाकनं नव्हे. जवाहर, जो देणं लागतो, तो स्वतःच्या अटी घालू शकतो का? ही कुठली नीतिमत्ता? देणेकऱ्यानं फक्त एकच गोष्ट करायची असते. आपल्यावरचं देणं चुकतं करायचं... लवकरात लवकर!... ज्याला ते परत करायचं, तो ते कशासाठी वापरेल, याचा विचार करणं त्याचं काम नाही. मी ठराव मानत नाही. कायदे मानत नाही. कारण ते माणसानं तयार केलेले असतात. मी फक्त नैतिकता मानतो. कारण ती परमेश्वराची देणगी आहे. माझी नैतिकता मला सांगते की, संसदेत काहीही ठराव पास झाला असला, तरी आपण आपल्यावरचं देणं लगेच फेडून टाकायला हवं.

पंडितजी : ठीक आहे. आम्ही विचार करतो यावर... निघू मी?

बापू : जवाहर, तू एका राष्ट्राचा पंतप्रधान आहेस, म्हणून हे बोलत नाही मी. स्वातंत्र्ययुद्धातला माझा सहकारी म्हणून, माझ्या नैतिक संघर्षातला भागीदार म्हणून तुला सांगतो की, आपला फार मोठा नैतिक अध:पात होत चालला आहे. काँग्रेस पूर्ण लयाला जाण्याच्या आधीच तिचं विसर्जन केलेलं बरं. नाहीतरी मुळात काँग्रेसची स्थापना स्वराज्य मिळवण्यापुरतीच होती. ते मिळालं. आता काँग्रेसची गरजच काय?

[पंडितजी विचारमग्न होऊन निघून जातात. बापू त्यांच्या दिशेने पाहत राहतात.]

[अचानक अंधार होतो. तो क्षणभरच टिकतो. अंधारात शब्द ऐकू येतात : '१२ जानेवारी १९४८!' लगेच रंगमंचावर प्रकाश येतो.]
[प्यारेलाल एकटाच उभा. मनू धावत येते. तिच्या हातात काही कागद.]

मनू : प्यारेभाई, प्यारेभाई—

प्यारेलाल : काय ग, काय झालं? बापू बरे आहेत ना?

मनू : हो, बाहेरच्या कुरणावर ऊन खात बसले आहेत.

प्यारेलाल : मग?

मनू : आज सोमवार. बापूंचा साप्ताहिक मौनवार. म्हणून आजच्या सभेत वाचायच्या भाषणाचा अनुवाद करत मी आणि सुशीला बसलो होतो, तर बापूंनी आमच्या हातात हे कागद दिले. स्पष्टीकरण विचारणार तर खुणेनंच 'तुमचं काम चालू ठेवा,' असं सांगितलं. तशी त्या कामात सुशीलेला सोडून मी धावत तुझ्याकडे आले.

प्यारेलाल : कां? काही काळजी करावी, असं—

मनू : तू वाच, म्हणजे समजेल. *[हातातले कागद त्याला देते. तो वाचू लागतो.]*

बापूंचा आवाज : माझ्यासमोर एक मोठं नैतिक संकट उभं आहे. त्याच्याशी मी हातातल्या एकमेव शस्त्रानं लढायचं ठरवलं आहे. मी उद्यापासून बेमुदत उपोषण सुरू करत आहे...

प्यारेलाल : अरे देवा! बापू उपोषण करणार?

मनू : (रडवेली) बघ ना! कलकत्त्याच्या उपोषणानंतर आधीच किती नाजूक झालीये त्यांची तब्येत!

प्यारेलाल : पण असं अचानक कसं काय ठरवलं त्यांनी? सरदारांशी, पंडितजींशी काहीच चर्चा न करता? आपल्यालाही मुळीच कल्पना न देता?

मनू : म्हटलं तर कल्पना दिली होती त्यांनी. धीर धरा- थोड्याच दिवसांत मला प्रकाश दिसेल, असं नव्हते म्हणत ते?

प्यारेलाल : (हातातला कागद दाखवून) कधी जाहीर व्हायचंय हे?

मनू : आजच. प्रार्थनासभेत. तू बघ वाचून!

प्यारेलाल : (वाचत) उपोषण उद्या दुपारच्या भोजनानंतर सुरू होईल. कधी संपेल हे सांगता येत नाही. उपोषणात मी फक्त मीठ घातलेलं पाणी आणि लिंबाचं सरबत घेईन.

[प्यारेलाल वाचत असतानाच तो आणि मनू ह्यांच्यावरचा प्रकाश मंदावत नाहीसा होतो. रंगमंचाच्या एका बाजूला प्रकाशझोत. त्यात बापू उभे. पत्रातला पुढील मजकूर त्यांच्या आवाजात.]

बापू : ज्या वेळी माझं समाधान होईल की, सर्व जातिधर्मांच्या हृदयांचं पुनर्मीलन झालेलं आहे, त्याच वेळी मी अन्नग्रहण करीन. 'करेंगे या मरेंगे,' असा निर्धार मी केलेला आहे. त्यासाठी मला माझ्या सर्व बांधवांची साथ हवी. तरच मी दिल्ली शहरात घोंगावणाऱ्या या वादळाशी लढू शकेन. नाहीतर दुसरा पर्याय आहे तो 'मरेंगे.' माझ्या दयाळू मित्राला-मरणाला- कवटाळणं, हा! ...उपोषण थांबवावं यासाठी माझी एकच मागणी आहे. (थांबून) ती ही की, प्रत्येकानं आपल्या आत्म्याचा शोध घ्यावा. आपण हिंदू नाही, शीख नाही, इसाई नाही, मुसलमानही नाही. आपण फक्त माणूस आहोत. दुसराही माणूसच आहे. त्याच्याशी केवळ माणूस म्हणूनच वागायचं. तो अमुक एक धर्माचा, म्हणून नव्हे! एवढंच सर्वांनी पाळावं. दुभंगलेला भारत मनानं परत एकदा जोडला जावा, यासाठी माझं हे उपोषण आहे. निदान दिल्लीनं जरी माझं म्हणणं मानलं आणि आपला बंधुभाव जागा केला, तरी मला या

उपोषणाची सांगता करता येईल. ते होणार नसेल, तर मात्र मला शांतपणे प्राणत्याग करू द्यावा.

[बापूंवरचा प्रकाशझोत जातो. प्यारेलाल व मनू प्रकाशात. प्यारेलाल हातातले कागद बाजूला ठेवतो.]

मनू : हंऽ... बापूंनी त्यांचा निर्णय घेतला. आता आपण काय करायचं?

प्यारेलाल : बापू सांगतात तेच. प्रार्थना करायची. देशासाठी, बापूंसाठी आणि स्वतःसाठी.

[*अंधार*]

छायाप्रवेश १/२

[*तीन–चार छायाकृती.*]

त्यांपैकी १ : म्हाताऱ्यानं उपोषण जाहीर केलं.

२ : नेहमीचीच युक्ती! जगाचं लक्ष वेधण्यासाठी!

३ : लोक असतात खुळेबावळे. म्हणून तर चालतात याचे चाळे!

४ : उपोषण कशासाठी? तर म्हणे हिंदू–मुसलमान एकजुटीसाठी!

२ : अरे वा! असे जर ते एकजूट करू शकले, तर कशाला झाली असती देशाची शकले?

३ : म्हातारा म्हणतो, माझ्या मनासारखं करा, नाहीतर मला मरू द्या!

२ : आम्हीही तेच म्हणतो. या म्हाताऱ्याला मरू द्या!

सगळे : अहिंसेचा बळी हिंसेला घेऊ द्या. अहिंसेचा बळी हिंसेला घेऊ द्या!

३ : पण या म्हाताऱ्याला मरू कोण देईल? सरकारच त्याची काळजी घेईल!

२ : कोणीतरी पळवाट काढील... म्हाताऱ्याला जगवू पाहील!

४ : तेव्हा त्याच्या उपोषणावर भिस्त ठेवून कसे चालेल?

२ : आपणच प्रयत्न केले, तर त्याला देव भेटेल!

१ : हत्येसाठी शस्त्रांची जमवाजमव आहे करायची. नथुरामच्या, आपटेंच्या एकजण आहे माहितीचा. या बडगे नावाच्या गृहस्थाचं दुकान आहे हिंसक शस्त्रांचं.

४ : चला तर मग– सगळी खरेदी आत्ताच तिथे करूया.

सगळे : अहिंसेचा बळी हिंसेला घेऊ द्या! अहिंसेचा बळी हिंसेला घेऊ द्या!

[*बडगेचे दुकान. तिथे एक छायाकृती.*]

१ : बडगे, आम्हाला माल हवाय, एका पवित्र कार्यासाठी.

२ : दोन गन कॉटन स्लॅब्स, दोन रिव्हॉल्व्हर्स आणि पाच हातबॉम्ब.

बडगे : रोख रक्कम दिल्यास मिळेल सारं काही. मात्र रिव्हॉल्व्हर माझ्याकडे नाही!

१ : बरं तर– बाकीचा माल मुंबईला पोहचवा.

बडगे : काळजी नको. मी आणि माझा माणूस शंकर किस्तय्या — दोघे जाऊ मुंबईला, माल पोहचता करायला. मात्र रोख रक्कम तयार असू द्या.

सगळे : अहिंसेचा बळी हिंसेला घेऊ द्या! अहिंसेचा बळी हिंसेला घेऊ द्या!

४ : त्यानंतर आपण जाऊ दीक्षितमहाराजांकडे, रिव्हॉल्व्हरच्या शोधात.

बडगे : दीक्षितमहाराज? हे कोण असतात?

१ : पुष्टी मार्ग वैष्णव पंथाचे प्रमुख महाराज.

बडगे : वैष्णव पंथीय महाराज शस्त्रास्त्रे पुरवतात?

२ : का? दुर्जनांचा नाश करण्यासाठी परमेश्वर नाही घेत शस्त्र हातात?

३ : हिंसेची मोठी परंपरा आहे आपल्या धर्मात.

१ : चला तर मग लवकर दीक्षितमहाराजांकडे. या वेळी काम फत्ते करूनच टाकूया.

सगळे : अहिंसेचा बळी हिंसेला घेऊ द्या! अहिंसेचा बळी हिंसेला घेऊ द्या!

[*अंधार*]

अंक पहिला : प्रवेश तिसरा

[*अंधारातच 'वैष्णव जन तो...' या भजनाचे शेवटचे चरण ऐकू येतात.*

प्रकाश येतो, तेव्हाही ती धून चालूच. मात्र रंगमंच रिकामा. सायंकाळचा सोनेरी प्रकाश आत येत आहे. प्रवेशाच्या दरम्यान त्याची तीव्रता कमी होऊन काळोख पडू लागतो...

बाहेरच्या दारातून बापू आत येतात. त्यांनी मनू आणि आभा (मनूएवढीच) या दोघींचा आधार घेतला आहे. मंडळी प्रार्थनासभा आटोपून परत येताहेत. त्यांच्या मागोमाग प्यारेलाल येतो.

त्या दोघी बापूंना आसनावर बसवतात. आभा जाते.]

बापू : आनंद – आनंद! आज कित्येक दिवसांनी मी इतक्या आनंदात बोललो प्रार्थनासभेमध्ये. सारे जमले होते एखाद्या लहान मुलाच्या कुतूहलानं. त्यांना समजून घ्यायचं होतं, मी उपोषण का सुरू केलं ते! जेव्हा त्यांना कळलं, की उपोषण प्रथम आपल्या दिल्लीत आणि नंतर दोन्ही राष्ट्रांत शांती पसरावी यासाठी आहे, तेव्हा त्यांना आनंदच आनंद झाला!

प्यारेलाल : अविस्मरणीय झाली आजची प्रार्थनासभा!

मनू : बापू, गेल्या कित्येक दिवसांच्या व्याकुळतेनंतर आज तुमच्या चेहऱ्यावर आनंद पाहाताना आम्हालाही खूप आनंद होतोय. आता आमची एकच इच्छा पूर्ण कराल?

बापू : (आनंदाच्या भरात) तू बोलायची खोटी –तुझी इच्छा पूर्ण झालीच म्हणून समज!

मनू : बघा हं! मग बदलाल!

बापू : हा बापूचा शब्द आहे. तो कसा बदलेल?

मनू : मग तुमच्या खोलीत जा, आणि दहा मिनिटं विश्रांती घ्या.

बापू: वा ग! ही काय वेळ आहे विश्रांती घेण्याची? किती कामं राहिलीयेत. तारांचा खच पडलाय. त्या पाठवणाऱ्यांच्या शुभेच्छांना उत्तरं–

मनू: मी पाठवीन.

बापू: का? तू नाहीयेस दमलेली?

मनू: बापू– तुम्ही शब्द दिलाय!

बापू: कसले पोरकट हट्ट करतेस!

मनू: आत! दहा मिनिटांसाठी! (प्यारेलाल हसतो.) डुलकी लागली तर मी उठवणार नाही!

बापू: (फुरंगुटून) जुलूमच आहे तुझा!

[*सावकाश, आधार घेत घेत, आतल्या खोलीत जातात.*]

प्यारेलाल: (हसत) मला वाटतं मनू, बापू परमेश्वराच्या खालोखाल तुझंच ऐकतात!

मनू: बापू आनंदात आहेत, पण मी अशी धास्तावून गेलेय! सहा महिन्यांपूर्वींच्या, कलकत्त्यातल्या त्या भयंकर उपोषणाच्या वेळीसुद्धा माझं मन इतकं दुबळं नव्हतं झालं!

प्यारेलाल: कलकत्त्याचं उपोषण यशस्वी करण्याची जबाबदारी खुद्द पश्चिम बंगालचे मुख्यमंत्री सुऱ्हावर्दींनी घेतली होती. आता या इथल्या उपोषणाची जबाबदारी घेणारा नेता आहे कोणी?

मनू: पंडितजी आहेत, पण नव्या सत्तेनं आणि दिवसेंदिवस बदलत जाणाऱ्या परिस्थितीनं ते इतके गांजून गेलेयत, की त्यांनाच कुणीतरी सावरण्याची गरज आहे!

प्यारेलाल: सरदार पटेल नेमके याच वेळी भावनगरला गेलेयत...

मनू: येतील लवकरच. त्यांनी इथली हालहवाल कळवत राहायला सांगितलंय.

प्यारेलाल: ते माझ्याकडे लागलं. मी त्यांना दररोज तारेनं कळवत जाईन. तू मात्र स्वतःच्या तब्येतीकडे बघ.

मनू: खरं सांगू प्यारेभाई, बापूंना काही होणार असेल, तर लगेच माझं शरीर थकतं, तापसुद्धा येतो. त्यातूनच मला बापूंवरच्या अरिष्टाची

सूचना मिळते... आता तर त्यांचं हे बेमुदत उपोषण... मग माझी तब्येत कशी चांगली राहील?

प्यारेलाल : महादेवभाई असते तर त्यांनी बापूंची समजूत घातली असती!

मनू : काल बापू इतके हळवे झाले होते, महादेवभाईंच्या आठवणीनं, की त्या परिस्थितीत त्यांना देवदासकाकांचं पत्र देणंसुद्धा माझ्या जीवावर आलं.

प्यारेलाल : देवदासकाकांचं पत्र? बापूंना? –घरातल्या घरात?

मनू : हो... बापूंना जे तोंडावर सांगता येणार नाही, तेच लिहिलं असेल बहुतेक त्यांनी पत्रात!

प्यारेलाल : आणि इतकं महत्त्वाचं पत्र तू बापूंना दिलं नाहीस?

मनू : चूक झाली माझी. पण बापूंची मनःस्थिती बिघडू नये, यासाठी एक चूक करावी, एवढा अधिकार नाही का माझा त्यांच्यावर?
[*बापू येतात.*]

मनू : हे काय, पाच मिनिटंसुद्धा झाली नाहीत. एवढ्यात आटपली विश्रांती?

बापू : प्यारेलालला एक गोष्ट सांगायची आठवण झाली!

प्यारेलाल : सांगा ना.

बापू : प्यारे, माझं उपोषण चालू आहे तोवर तू कुठं जायचं नाहीस. माझ्याबरोबर इथंच राहायचंस. आणि आपलं मुखपत्र आहे 'हरिजन', त्याचं सगळं कामं बघायचं.

प्यारेलाल : आपण सांगायच्या आधीच ठरवलंय मी ते. नसतं सांगितलंत, तर मी सत्याग्रहच केला असता!

मनू : झालं ना सांगून? आता विश्रांती!

बापू : मी सुऱ्हावर्दींची वाट पाहातोय.

प्यारेलाल : रात्र पडायला आली. आता कधी येणार ते?

बापू : कदाचित रात्र पडायचीच वाट पाहात असतील. त्यांच्यासारख्या, एका प्रदेशाच्या मुख्यमंत्र्यालादेखील मुसलमान असल्यामुळे दिल्लीत मोकळेपणानं फिरणं कठीण झालंय!

प्यारेलाल : इथले लोक त्यांना 'गुंडांचा सरदार' म्हणतात!

बापू : माहितेय मला. पण ते कसेही असले तरी कलकत्त्यात त्यांनी मला साथ दिली. मुसलमानांनी बळकावलेली हिंदूंची घरं त्यांना परत करायला लावली. म्हणून तर कलकत्त्यातलं उपोषण यशस्वी झालं!

प्यारेलाल : मग आता – आता इथंही ते असा करिष्मा दाखवणारेयत का?

बापू : मी त्यांना भरीला घालणार नाही. त्यात दोघांचाही अपमान आहे. त्यांचा आणि इथल्या जनतेचा. माझा जनतेवर विश्वास आहे. ती योग्य तो निर्णय घेईल!

प्यारेलाल : सुऱ्हावर्दींना बॅरिस्टर जीनांनी पाकिस्तानच्या मंत्रिमंडळात मानाचं पद देऊ केलं होतं म्हणतात, ते खरं का?

बापू : होय. त्यांनी माझा सल्ला विचारला. मी म्हटलं, पदाच्या लोभानं तुम्ही पाकिस्तानात जाणार का? तुम्ही भारताचे आहात. हिंदूंचे निष्ठावंत मित्र व्हा. बाकी सारे मोह सोडा.

प्यारेलाल : आणि त्यांनी ते सोडले! मानलं पाहिजे या माणसाला!

[*क्षणभर शांतता. नंतर–*]

बापू : विसरलोच होतो मी विचारायला. कालची लॉर्डसाहेबांकडची पार्टी कशी काय झाली?

प्यारेलाल : नेहमीसारखीच शिस्तबद्ध! पण लॉर्डसाहेब मला विचारत होते, की बापूंनी उपोषण जाहीर करण्यापूर्वी नेहरू–पटेलांबरोबर काही सल्लामसलत केली होती का?

बापू : त्यांना माहीत नाही, माझा एकमेव सल्लागार कोण आहे, ते? मी फक्त त्याचाच सल्ला मानतो, म्हणावं!

प्यारेलाल : बाकी तुमच्या उपोषणाची खूपच तारीफ करत होते ते! गांधी स्वतःपुढे अधिकाधिक अवघड आव्हानं निर्माण करतात, आणि ती जिंकत जातात, असं म्हणत होते!

बापू : (आनंदून) दॅट्स द स्पिरीट! माउंटबॅटनसारखा योद्धा अधिकारीच अहिंसेची शक्ती पूर्णपणे समजू शकतो!

[*बापूंचे चिरंजीव, देवदास गांधी येतात.*]

देवदास : (पदस्पर्श करून) बापू, बरी आहे ना तब्येत?

बापू : होय देवदास. उपोषणाचा निर्णय घेतल्यापासून मला अगदी मोकळं मोकळं वाटतंय!

मनू : बापू, मला तुमची क्षमा मागायचीय. देवदासकाकांनी काल माझ्याकडे एक पत्र दिलं होतं, तुम्हाला देण्यासाठी. ते द्यायचं राहिलं माझ्याकडून. आता काय शिक्षा द्यायची ती द्या!

बापू : वेडे, अग शिक्षा कसली आणि क्षमा कसली? आधी याला आपल्या बापाशी प्रत्यक्ष न बोलता कागद-पेन्सिलीचा खर्च करण्याची गरजच काय होती? ठीक आहे. आता आलाय तर बोलेलच तो माझ्याशी.

प्यारेलाल : बोला तुम्ही. आम्ही येतो. काही लागलं तर बोलवा. [*जातो.*]

मनू : काका, सरबत घेणार?

देवदास : नको.

मनू : (बापूंना) तुम्हाला मात्र लिंबूपाणी प्यावंच लागणार, डॉक्टरांच्या सल्ल्याप्रमाणे. चार तास होऊन गेले, तुम्ही काहीच घेतलेलं नाही. थांबा, मी आणते. [*घरात जाते.*]

बापू : हं, बोल बेटा, अगदी मोकळेपणानं बोल.

देवदास : माझा तुमच्या उपोषणाला विरोध आहे.

बापू : कारण?

देवदास : कारण तुम्ही उपोषणाचा निर्णय फार घाईघाईनं घेतलाय.

बापू : (शांतपणे) नाही बेटा. माझा निर्णय मी जाहीर केला असेल घाईनं, पण तो घाईत घेतलेला नाही. त्या मागे चार दिवसांची प्रार्थना आणि कधीपासून चालवलेलं हृदयाचं मंथन आहे!
[*मनू लिंबूपाणी आणि गरम पाण्याचा थर्मास घेऊन येते. लिंबूपाण्याचा ग्लास बापूंसमोर ठेवते व जाते. बापू अधूनमधून लिंबूपाण्याचे घोट घेतात.*]

देवदास : तुम्ही उपोषणाच्या संदर्भात केलेलं जाहीर विधान योग्य आहे, असं तुम्हाला वाटतं?

बापू : त्यातली भाषा थोडी सुधारायला जागा आहे!

देवदास : त्यातल्या शब्दांविषयी काही म्हणायचं नाहीये मला. मी त्या

निर्णयाच्या योग्यायोग्यतेविषयी बोलतोय. तुमचे कुटुंबीय, राजकीय सहकारी, तुम्हाला देव मानणारे भक्तगण- कोणाचाच या निर्णयाविषयी विचार घ्यावा असं नाही वाटलं तुम्हाला?

बापू : नाही. तशी गरज नव्हती. परमेश्वरानं मला ही प्रेरणा दिलीये. मी जगावं, अशी त्याची इच्छा असेल, तर तो उपोषण यशस्वी करून मला वाचवेल. नसेल, तर तो मला त्याच्याजवळ बोलावून घेईल!

देवदास : असं कसं म्हणता? तुमच्या जीवावर साऱ्या देशाचा हक्क आहे, पण त्याहूनही अधिक आमचा- तुमच्या जवळच्या माणसांचा- आहे, असं नाही वाटत तुम्हाला? आज बा नाही, पण तुमचे मुलगे आहेत. सुना-नातवंडं आहेत. या उपोषणानं तुम्ही आम्हा सर्वांना किती काळजीत टाकलंय, याची काही कल्पना आहे?

बापू : काळजी सोडा. जो माणूस तुम्हाला आज ना उद्या सोडून जाणारेय, त्याची काळजी कसली करायची? काळजी करायचीच तर ती देशाची करा. एका प्रचंड गर्तेत खोल खोल चाललेल्या देशाला हात देऊन वर काढण्याचा प्रयत्न मी करतोय. ईश्वरानं दिलेल्या बळावर! तो ईश्वर मला मागे वळून पाहण्याची बुद्धी देत नाहीये!

देवदास : पण त्याच ईश्वरानं तुमचं-माझं पिता-पुत्राचं नातं तयार केलंय- नाही का?

बापू : ते विसर. मी तुला पुत्र मानत नाही. मित्र मानतो. जवळचा मित्र! माझा मित्र! म्हणजे या जगाचाच मित्र! देवदास, तुला माझी काळजी वाटणं स्वाभाविक आहे. तुझ्या भावनेचा आदर अवश्य करतो मी- पण तू अधिक मोठा विचार कर. केवळ पित्याविषयी सहानुभूती ठेवू नकोस. देशासाठी ठेव. जगासाठी ठेव.

देवदास : मला अजूनही वाटतं की, उपोषणाचा निर्णय तुम्ही अधिक संयमानं घ्यायला हवा होता!

बापू : कुठला संयम? ज्या संयमानं माणुसकीच्या उद्दिष्टालाच नख लागणार आहे- त्या संयमाचा उपयोग काय?

देवदास : पण आजवर तुम्ही संयमानंच कितीतरी यश मिळवलंय. स्वातंत्र्ययुद्धात तुमच्या संयमानंच हजारोंचे प्राण वाचलेयत!

बापू : खोटं आहे. कुणाचेही प्राण वाचवण्याचं श्रेय परमेश्वराचं असतं! मर्त्य माणसांचं नसतं.

देवदास : बापू, तुम्ही जगण्यानं जे साध्य कराल, ते मरणानं नाही. म्हणून माझी कळकळीची प्रार्थना म्हणा, याचना म्हणा, मान्य करा, आणि उपोषण सोडून द्या!

बापू : देवदास, गेले चार महिने मी सारं पाहातोय. सारं सहन करतोय. एकेका अहिंसक मार्गाचा विचार करतोय. पण भोवतालचा वैराचा वणवा विझण्याऐवजी अधिकच भडकत चाललाय. शेवटी असहायतेपोटीच मी परमेश्वराच्या मांडीवर डोकं ठेवलंय. सुसरीनं जबड्यात पाय पकडल्यानंतर, सुटकेसाठी गजेंद्रानं परमेश्वराचा धावा केला. आता तोच, याही गजेंद्राचा मोक्ष करील!

प्यारेलाल : (घाईघाईने आत येऊन) सुऱ्हावर्दीसाहेब येताहेत. [*तसाच परत जातो.*]

देवदास : ठीक आहे बापू. तुमचे मोठे पाहुणे आलेयत. मी जातो. पण तुमच्या बॅरिस्टरी चातुर्यानं माझं समाधान झालं, असं समजू नका!

बापू : समाधान माझंही झालेलं नाही, बेटा. शेवटी उपोषणाचा देशावर – निदान दिल्लीवर, काय परिणाम होतो त्यावर, आणि केवळ त्यावरच, समाधान अवलंबून आहे– माझं आणि तुझंही. [*देवदास जातो. मनू येते. रिकामा ग्लास घेऊन जाऊ लागते.*]

बापू : थांब! तुझे कलकत्त्याचे लाडके चाचा येताहेत.

मनू : कोण? सुऱ्हावर्दी चाचा?

[*प्यारेलाल सुऱ्हावर्दींना घेऊन येतो.*]

सुऱ्हावर्दी : सलाम आलेकुम, कशी आहेस बेटी?

मनू : माझी तब्येत चांगली आहे. मात्र बापूंनी काळजी घ्यायला हवीय स्वतःची. पण त्यांना कोण सांगणार? आता तुम्हीच बघा, तुमचं तरी ऐकतात का ते...

सुऱ्हावर्दी : कलकत्त्याच्या उपोषणाच्या वेळी तेच काम करत होतो मी.

मनू : आजदेखील नेमके हजर झालात. बापूंच्या उपोषणाचा आणि तुमचा, काहीतरी पूर्वजन्मीचा ऋणानुबंध आहे!

सुऱ्हावर्दी : (हसतात, मग...) आज एक खूशखबर घेऊन आलोय.

बापू : खूशखबर– आणि या दिवसांत?

सुऱ्हावर्दी : हां जी. कश्मीरचे पंतप्रधान शेख अब्दुल्ला, त्यांचे डेप्युटी बक्षी गुलाम महंमद यांना बरोबर घेऊन दिल्लीला येताहेत. अर्थातच उपोषण सोडण्याचा आग्रह करायला.

बापू : सगळे उपोषण सोडायला सांगताहेत. पण उपोषणाचा हेतू कसा साध्य होईल, हे मात्र कोणीच बोलत नाही.

सुऱ्हावर्दी : मला म्हणत होते, कश्मीरला कधी नव्हे इतकी आज बापूंची गरज आहे. त्यासाठी तरी बापूंनी उपोषण थांबवायला हवं. तुम्ही उपोषण सोडल्याशिवाय परत जाणार नाहीयेत ते काश्मीरला.

बापू : मी कशाचीच हमी देत नाही. सारं काही तुम्हा लोकांच्या सहकार्यावर अवलंबून आहे!

[*मौलवी आणि हबीब आत येतात.*]

मौलवी : सलाम आलेकुम. तसदीसाठी माफ करा. आम्ही आज आपल्या प्रार्थनासभेला हजर होतो. उपोषणाचा हेतू आपण सांगितलात, ऐकून खूप शांत वाटलं. हबीब म्हणाला, काहीही झालं तरी बापूंना भेटल्याशिवाय जायचं नाही!

बापू : त्याची अधीरता मी समजू शकतो. बेटा, तुम्हा जितक्या जवानांना इंग्लंडला जायचं असेल, तितक्यांची व्यवस्था केलीये आम्ही. इंग्रजांना कळवलंय, की आमच्या काही बेवफा जवानांना भारत आपला वाटत नाही. त्यांना आम्ही तिकडे पाठवत आहोत.

सुऱ्हावर्दी : मामला क्या है? कोण निघालंय इंग्लंडला?

मौलवी : काही नाही. हा बेवकूफ काहीतरी बोलून गेला होता!

हबीब : माफ करा बापूजी. आपल्याला माझ्या बोलण्यानं दुःख झालं. मी माझे शब्द परत घेतो.

[*बाहेर गडबड ऐकू येते.*]

सुऱ्हावर्दी : काय झालं? बाहेर गडबड कसली?

प्यारेलाल : थांबा. मी बघून येतो. [*लगबगीने बाहेर जातो.*]

मनू : चाचा, देशविदेशातून तारा येताहेत बापूंना. काही अभिनंदनाच्या, तर काही, उपोषण सोडा, अशा.

बापू : लाहोरहून जी तार आली, तिनं थोडी आशा वाटली शांततेची.

मनू : तिथल्या मुसलमानांनी विचारलंय, की बापूजींचं उपोषण थांबवण्यासाठी आम्ही काय करू शकतो?

बापू : मी इथल्या मुसलमानांना सांगतो, तेच त्यांनाही लागू. हिंदूंशी भावासारखं वागा!

[*त्यांना खोकल्याची ढास लागते. मनू थर्मासमधले पाणी देते.*]

मनू : थोडं थोडं प्या... सावकाश...

[प्यारेलाल बाहेरून येतो. काहीसा कावराबावरा.]

सुऱ्हावर्दी : काय चाललंय बाहेर? मी इथं आल्यामुळे तर काही...

प्यारेलाल : नाही. आपल्यामुळे नाही. बाहेर शीख मंडळी घोळका करून उभी आहेत. त्यांच्याकडून कळलं ते फार भयंकर आहे!

मनू : काय झालंय?

प्यारेलाल : पश्चिम पंजाबमधल्या गुजराँवाला स्टेशनात सरहद्दीवरच्या हिंदू आणि शिखांवर मुसलमानांनी हल्ला केला. प्रचंड हत्याकांड झालं. शीख मोठ्या संख्येनं मारले गेले. शीख भगिनींवर अत्याचार झाले!

सुऱ्हावर्दी : पण हे सांगायला ते इथं का आलेयत?

प्यारेलाल : कुठंही रक्तपात झाला की त्याला बापूंनाच जबाबदार धरलं जातं! काय विसंगती आहे बघा! ज्यानं जन्मभर अहिंसेचा प्रचार केला, स्वातंत्र्ययुद्धात अहिंसेचा महिमा जगाला दाखवून दिला, त्या अहिंसेच्या पुजाऱ्यालाच हिंसेसाठी जबाबदार धरतात हे लोक!

सुऱ्हावर्दी : मी बाहेर जाऊन समजूत घालू का त्यांची?

प्यारेलाल : तुम्ही? या क्षणी कोणी मुसलमान समोर आला, तर ते जिवंत सोडणार नाहीत त्याला!

बापू : सुऱ्हावर्दीसाहेब, माझ्या उपोषणाची काळजी करणाऱ्या पाकिस्तान्यांना कोणीतरी विचारायला हवं, की तुमच्याकडे हे काय चाललंय? तिथल्या हिंदूंना, शिखांना, निदान जगू तरी देणार आहात की नाही तुम्ही?

[*त्यांना संताप अनावर झाला आहे. बोलायचे आहे, पण ते अधिकाधिक कठीण होतेय. मनू-प्यारेलाल काळजीत...*]

पाकिस्तानात असे प्रकार होतच राहिले तर माझ्यासारखे दहा गांधी

आले तरी ते भारतात मुसलमानांना वाचवू शकणार नाहीत. पाकिस्तान स्वतःला 'पाक' म्हणवतो, पण त्याची निर्मिती हे एक पाप आहे. मुळात मुस्लीम लीग हेही एक पापच आहे! आमच्याकडेही अशा काही संघटना आहेत, ज्या स्वतःला माणूस समजत नाहीत-हिंदू समजतात. या सर्वांच्या पापांचं फळ शेवटी काय मिळणार आहे? सगळे धर्म शिल्लक राहणारायत. पण ते ज्याच्यासाठी तयार झाले, तो माणूस मात्र नष्ट होणार आहे!
[*त्यांना खोकल्याची प्रचंड उबळ येते. मनू त्यांना थोडे थोडे पाणी पाजू लागते. त्यांच्या पाठीवरून हात फिरवते.*]

मौलवी : बापूजी, शांत व्हा. रहम करा आणि शांत व्हा.

सुऱ्हावर्दी : सगळं ठीक होईल बापूजी. तुमचा राम, आमचा रहीम आपल्याला या संकटातून वाचवेल. पण तुम्ही काळजी घ्या स्वतःची. मी येत जाईन अधूनमधून. आता निघतो. मौलवीसाहेब, घाबरू नका त्या बाहेर जमलेल्या गुंडांना. मी आहे तुमच्यासोबत. माझ्या गाडीतून सोडतो मी तुम्हा दोघांना घरापर्यंत. चला.
[*तिघेही जातात. प्यारेलाल त्यांना बाहेर सोडायला जातो.*]

मनू : (बापूंना) बरं वाटतंय का आता? (ते मानेने होकार देतात.) पाणी हवंय? (ते नकार देतात.)
[*प्यारेलाल परत येतो. त्याच्याबरोबर पंडितजी.*]

पंडितजी : ती शीख मंडळी - ती कशासाठी उभी आहेत तिथं घोळका करून?

प्यारेलाल : ते सगळे गुजराँवाला हत्याकांडाविषयी-

पंडितजी : पोहचलीये ती भयंकर बातमी माझ्यापर्यंत. पण त्याचा इथं येऊन हुल्लडबाजी करण्याशी काय संबंध? काहींच्या हातात तर तलवारीदेखील दिसल्या. प्यारेलाल, पोलिसांना बोलावूया ना?

बापू : (अचानक, निकराने) नको. हे आपलं प्रार्थनास्थळ आहे. इथं हिंसक पोलीसदल नको.

पंडितजी : जशी आपली इच्छा! (मनूला) बापूंची तब्येत कशी आहे?

मनू : दिवसभर बरी होती. प्रार्थनासभेत बोललेसुद्धा उपोषणाच्या हेतूविषयी. लोकांनी चांगली दाद दिली. त्यामुळे उत्साह वाढला. पण मघापासून खोकल्याची ढास लागतेय.

पंडितजी : मी फार वेळ बसत नाही. म्हणजे बोलण्याचे श्रम वाचतीलः !

[*बापू हाताने 'तू थांब, जाऊ नकोस' असे सुचवतात.*]

बापू : ५५ कोटी ?

पंडितजी : ते चांगलं लक्षात आहे आमच्या. आज रात्रीच त्यासाठी तातडीची मीटिंग बोलावलेय. राजेंद्रबाबू, मौलाना आझाद, परदेशमंत्री – सगळे हजर असणारेयत. सरदार पटेलांच्याही संपर्कात आहोत आम्ही.

बापू : छान!... जवाहर, यापुढं मी नसलो तरी माझं शांतिकार्य वारसाहक्कानं तुलाच चालवायचं आहे!

पंडितजी : असं का म्हणता ? आपण आणखी पुष्कळ वर्षं जगाल. आपलं उपोषण यशस्वी व्हावं, यासाठीच तर आमचे सर्वांचे प्रयत्न चालले आहेत!

बापू : हरिलालला तर मी केलेलं काहीच कधी रुचलं नाही. देवदाससुद्धा या उपोषणापासून दुरावेल, अशी भीती वाटते. आता तुझाच काय तो भरवसा आहे!

[*एकाएकी बाहेरून आरडाओरडा, मोठमोठ्याने दिलेल्या घोषणा ऐकू येतात. 'खूनका बदला खून से', 'हम बदला लेकरही रहेंगे!' 'गांधीजी को मौत दो', 'गांधीजी को मौत दो! इत्यादी.' अचानक पंडितजी व्हरांड्यापाशी जातात. त्यांच्या-पाठोपाठ प्यारेलाल जातो. मनू बावरलेली. पण बापूंना आधार देऊन उभी.*]

पंडितजी : (व्हरांड्याबाहेरच्या जमावाला ओरडून) कोणाची छाती आहे 'गांधीजीं को मौत दो' म्हणण्याची ? माझ्यासमोर हे परत बोलून दाखवा! मी जवाहरलाल नेहरू तुम्हाला आव्हान देतोय – ज्या कुणाला गांधीजींची हत्या करायची असेल, त्यानं आपली तलवार प्रथम माझ्या छातीत खुपसावी! नाहीतर ती म्यान करून निघून जावं!

[*क्षणात पूर्ण शांतता पसरते. काही क्षण तिथेच थांबून पंडितजी आत येतात. त्यांच्याबरोबर प्यारेलालही. मनूचा रोखून धरलेला श्वास आता मोकळा होतो.*

हे जे काय घडले, त्याची बापूंना जाणीवच नाही. पाठीमागे मान टाकून ते रामनामाचा जप करताहेत.

पंडितजी त्यांच्या जवळ येतात. त्यांचा हात उचलतात. तो आपल्या गालावर दाबून धरतात.]

पंडितजी : (सद्गदित होऊन) बापू!

[*अंधार.*]

[**अंक पहिला समाप्त**]

अंक दुसरा : प्रवेश पहिला

[*रंगमंचावरील फर्निचरच्या रचनेत थोडासा बदल. बापूंना आरामात आडवे होऊन बोलता यावे, यासाठी दिवाणावर तशी व्यवस्था. प्रार्थनास्थळाकडे तोंड करून असलेल्या व्हरांड्यामध्ये आता बापूंसाठी एक खाट ठेवलेली. तसेच सभेत बोलण्यासाठी मायक्रोफोन. या क्षणी व्हरांडा अंधारात. सायंकाळ. बैठकीच्या खोलीत प्यारेलाल तीन डॉक्टरांशी बोलत आहे. तिघांपैकी डॉक्टर १ थोडे वयस्कर. इतर दोघे काहीसे तरुण. वातावरण गंभीर.*]

प्यारेलाल : डॉक्टर, एकूण काय मत आहे तुमचं ?

डॉक्टर १ : बापूंचं उपोषण थांबायला हवं. शक्य तेवढ्या लवकर. परिस्थिती गंभीर आहे.

डॉक्टर २ : त्यांचं वजन घटतंय. अशक्तपणा वाढतोच आहे. पण इतरही कॉम्प्लिकेशन्स आहेत. युरिनमध्ये अॅसेटोन बॉडीज दिसताहेत. याचा अर्थ उपोषणामुळे रक्तात टॉक्सिन्स जमताहेत. म्हणजे प्रकृती धोक्याच्या पातळीवर आहे.

डॉक्टर ३ : गरम पाणीदेखील त्यांना नीट पचत नाहीये. इन्टेकचं प्रमाण ६८ औंसांवरून २८ औंसांवर आलंय. शरीरात पाणी साठत राहतंय. म्हणजेच किडनी हळूहळू काम करीनाशी होतेय.

प्यारेलाल : प्लीज- हा सगळा रिपोर्ट मला तपशीलवार लिहून द्या. आजपासून रोज बापूंच्या तब्येतीची माहिती देणारं बुलेटिन आम्ही प्रसिद्ध करतोय. वृत्तपत्रं आणि रेडिओ यांनाही ही माहिती रोजच्या रोज हवेय.

डॉक्टर १ : ठीक आहे. लगेच पाठवून देतो रिपोर्ट.

डॉक्टर २ : मात्र उपोषण लवकर संपावं, यासाठी तुमचे प्रयत्न चालू ठेवा.

प्यारेलाल : दिल्लीतलं वातावरण झपाट्यानं बदलतंय. लवकरात लवकर शांतता नांदावी, यासाठी, आपले पंतप्रधान आणि मंत्रिमंडळ, शक्य ते सारे प्रयत्न करताहेत. पण शेवटी सगळं बापूंच्याच हातात आहे. आणि त्यांनी ते परमेश्वरावर सोपवलंय.

[*अचानक बैठकीच्या खोलीतला प्रकाश जातो, आणि व्हरांडा उजळतो. बापू प्रार्थनासभेत बसले आहेत. खाटेवर. त्यांनी एक पांढरी शाल लपेटून घेतली आहे. ते अशक्त, तरीही अतिशय तेजस्वी दिसताहेत.*]

बापू : (मायक्रोफोनवरून, सभेला उद्देशून तुटक वाक्यात) मित्रहो, कोणीही माझी काळजी करू नका. देशाची करा. स्वतःची करा. चित्त वैरभावविरहित, द्वेषमुक्त करा. देशात शांती पसरू द्या. तसं होईपर्यंत माझं उपोषण चालूच राहील. कदाचित त्यात मला मृत्यू येईल. पण त्याची काळजी कशाला? जन्मलेला प्रत्येकजण मरणार आहे. मृत्यूचं भय नको. तो आपला मित्र आहे. सर्व दुःखांमधून आपली सुटका करणारा तारणहार आहे! (खोकू लागतात.)

मनू : कृपया बापूंना आता विश्रांती घेऊ द्यावी. त्यांचं उरलेलं भाषण सुशीलाबेन वाचतील.

[*मनू आणि आभा यांच्या साहाय्याने बापू खाटेवरून सावकाश उतरतात आणि व्हरांड्यातून आत जाऊ लागतात.*
सभेत घोषणा : 'महात्मा गांधीजीकी जय हो', 'महात्मा गांधी ज़िंदाबाद' इत्यादी.]

[*व्हरांड्यातील प्रकाश जातो. बैठक उजळते.*
डॉक्टर्स आणि प्यारेलाल बसलेले. बापू, मनू आणि आभा यांच्याबरोबर आत येतात. आभा परत जाते. बाहेरच्या घोषणा विरत गेलेल्या. बापू दिवाणावर काहीसे रेलून बसतात. डॉक्टर्स त्यांचे चेकिंग (श्वास, ब्लडप्रेशर इत्यादी) करू लागतात.]

डॉक्टर २ : (चेकअपनंतर) ठीक आहे. सुधारणा नाही. पण फार मोठे लॅप्सेस नाहीत. प्रकृती साधारण स्थिर आहे.

डॉक्टर १ : बापू, आम्हाला क्षमा करा. पण एक गोष्ट आपल्याला

सांगणं भागच आहे. या घटकेला उपोषण थांबवलं नाही, तर आपल्या किडनीला धोका आहे. कदाचित ती कायमची नादुरुस्त होण्याचा संभव आहे. हे लक्षात घेऊन तरी–

बापू : डॉक्टर, मी उपोषणाचा निर्णय घेतला तो, माफ करा, पण डॉक्टरच्या सल्ल्यानं नाही. माझा सल्लागार, मार्गदर्शक एकटा तोच आहे – सर्वशक्तिमान परमेश्वर!

[*बोलणे कठीण जाते. मनू पाणी देते.*] त्या परमेश्वराला माझ्या या दुबळ्या देहाचा इथं उपयोग असला, तर, वैद्यक काहीही म्हणालं, तरी तो मला जिवंत ठेवील. उपयोग नसला तर घेऊन जाईल. मी आता केवळ त्याच्या हातात आहे. म्हणून मला ना भावी दुष्परिणामांची काळजी, ना मरणाची भीती! (खोकतात.)

डॉक्टर १ : ठीक आहे. प्यारेलाल, रिपोर्ट पाठवतो. बापू, येऊ आम्ही?

बापू : थांबा क्षणभर! तुमचे आभार मानायचेत. तुम्ही मला धोक्याचा इशारा दिलात. बुलेटिनद्वारे तो सगळीकडे पोहचेल. त्यामुळे देशाला जर खरोखरच माझी गरज असेल, तर तो शांततेसाठी झटपट पावलं उचलेल. म्हणून इशाऱ्यासाठी धन्यवाद!

[*डॉक्टर्स नमस्कार करून निघून जातात. प्यारेलाल त्यांना बाहेरपर्यंत सोडायला जातो.*]

बापू : (मनूला) मीराबेनला पत्र लिही आणि कळव, की मी आनंदात आहे. काळजी नको. एका वेळी जेमतेम आठ औंस पाणी, हळूहळू, विष प्यावं तसं पितो. त्या विषाचं लगेच अमृत होतं आणि माझ्या शरिरात चैतन्य खेळायला लागतं. एवढा जबरदस्त खुराक घेतोय. तरी लोक म्हणतात, की मी उपाशी आहे. आहे की नाही गंमत?

मनू : (हसून) बापू, या परिस्थितीत तुम्हाला गंमत सुचतेय?

बापू : आणखी एक! 'द स्टेट्‌समन'चा संपादक आर्थर मूर – तो तिकडे माझ्याबरोबर उपोषण करायला लागलाय. त्याला म्हणावं, हा वेडेपणा सोड. त्यापेक्षा लोकांत मिसळ आणि त्यांचं मतपरिवर्तन कर.

मनू : जरूर कळवीन. पण समजा, केलं त्यानं उपोषण, तर बिघडलं कुठे?

बापू : असं कसं करता येईल उपोषण? ते अंतःस्फूर्तीमधून येतं. उपोषण म्हणजे काय पोट साफ करण्यासाठी केलेलं लंघन आहे? उपोषण आध्यात्मिक असतं. प्रत्यक्ष परमात्म्यावर विश्वास असेल तरच उपोषणाची अंतःस्फूर्ती येते. नाहीतर नाही.

[प्यारेलाल परत येतो.]

प्यारेलाल : बापू, डॉक्टरांचं सांगणं गंभीरपणे घ्यायला हवं.

मनू : आणि उपोषण सोडायला हवं.

प्यारेलाल : काहीजणांना वाटतं, की तुम्हाला मुसलमानांविषयी प्रेम आहे. त्यांच्याचसाठी तुम्ही हे उपोषण आरंभलंय.

बापू : मग? अल्पसंख्याकांच्या संरक्षणासाठी आपण उभं राहायला नको का? भारतानं मुसलमानांच्या, आणि पाकिस्ताननं हिंदूंच्या, शिखांच्या हक्कांची काळजी घेतलीच पाहिजे!

प्यारेलाल : बापू, फाळणीसाठी मुस्लीम लीग जबाबदार आहे, असं तुम्ही म्हणता. तुमच्या विधानानं तुमचे मित्र शुएब कुरेशी दुखावलेत. त्यांनी निषेधाचं पत्र पाठवलंय.

बापू : त्यांना उत्तर पाठव. विचार, की बापूंना सत्य सांगण्यापासून दुसरा काही पर्याय आहे का?

[बाहेरची चाहूल लागून बाहेर गेलेली मनू परत येते.]

मनू : बापू, शिखांचं प्रतिनिधी मंडळ घेऊन गोस्वामी गणेश दत्तजी आलेयत. प्रतिनिधी मंडळाला मी बाहेरच थांबायला सांगितलंय. एकटे गोस्वामीच तुम्हाला भेटतील. पण त्यांच्याशीदेखील थोडंच बोला हं!

[गोस्वामी गणेश दत्तजी आत येतात.]

गोस्वामी : नमस्कार बापूजी. परमेश्वर कृपेनं आपली प्रकृती चांगली असेल, अशी आशा आहे.

प्यारेलाल : तशी स्थिर आहे, पण डॉक्टर्स समाधानी नाहीत. उपोषण लवकर थांबलं पाहिजे, असं म्हणतात.

गोस्वामी : आम्हीही तेच सांगायला आलो आहोत. माझ्याबरोबर प्रतिनिधी मंडळ आलंय.

प्यारेलाल : इथं येऊन बापूजींच्या विरोधात घोषणा देणारे शीख पण आहेत का त्यांच्यात?

गोस्वामी : लाजवू नका आम्हाला. गुजराँवाला हत्याकांडामुळे त्या वेळी माथी फिरली होती त्यांची. पण आता त्यांना आपली चूक समजलेय. ते म्हणताहेत, की परमेश्वराला आणि गुरू ग्रंथसाहेबाला स्मरून आम्ही सांगतो की, यापुढे शीख आणि मुसलमान एकोप्यानं राहतील! पतियाळाच्या महाराजांनीही सर्व शीख समुदायाला, दिल्लीत शांतता राखण्याचं आवाहन केलंय.

प्यारेलाल : हा सगळा बापूंच्या उपोषणाचा चमत्कार आहे!

गोस्वामी : नक्कीच! सबंध दिल्ली शहरात शिखांनी मोर्चे काढलेयत. दिल्लीच्या मुख्य रस्त्यांवरून मिरवणुका काढल्यायत. हिंदू-शीख-मुसलमान ऐक्याचे नारे देत चाललेयत ते.

बापू : शीख आणि मुसलमान यांच्या एकोप्याविषयी आता जे सांगितलंत ते लेखी द्याल?

गोस्वामी : निःसंशय! बापूजी, आपला जन्म या देशात झाला, हे आमचं परमभाग्य! इथं आपल्या जीवाला काही अपाय होऊ नये, एवढीच आमची इच्छा! मग - करणार ना आता व्रताची सांगता?

बापू : व्रत असं एकाएकी कसं सोडता येईल? पण तुमच्या सदिच्छेसाठी आभार. प्रतिनिधी मंडळाला सांगा, थोडा धीर धरा. ईश्वराच्या मनात असेल, तर तो मला वाचवेल! - या आता.

गोस्वामी : लवकरच आम्हाला शुभवार्ता मिळू दे.

[*गोस्वामी जातात. प्यारेलाल दारापर्यंत जातो. बाहेरून घोषणा ऐकू येतात. 'महात्माजी चिरायू होवोत', 'महात्माजी ज़िंदाबाद!' घोषणा विरण्याच्या आत दारात घनश्यामदास बिर्लाजी उभे. मनू आणि प्यारेलाल त्यांच्या स्वागतासाठी लगबगीने पुढे येतात.*]

प्यारेलाल : या या बिर्लाजी! बापू आठवण काढताहेत तुमची!

बिर्ला : लगेच निघणारेय मी. बापूंना जास्त श्रम नाही देणार!

प्यारेलाल : बापू, बिर्लाजी आलेयत.

[*बापू हात वर करतात.*]

बिर्ला : (मनूला) तू कशी आहेस बेटी?

बापू : विचारू नका. माझ्यासाठी दिवसाचे अठरा तास राबून पार खंगून गेलीये. ईश्वर माफ नाही करणार माझ्या या पापाला.

बिर्ला : आणि आपली स्वतःची तब्येत?

बापू : मला उलट खूप काम करावंसं वाटतंय. 'हरिजन'साठी एक लेख लिहायचं डोक्यात आहे. इतरही खूप योजना आहेत.

बिर्ला : इथं येण्याआधी मी डेप्युटी पोलीस कमिशनर रंधवांना भेटून आलो. ते म्हणत होते, की दिल्लीतली हिंसक परिस्थिती आता बरीच निवळतेय.

बापू : रंधवा कितपत खरं सांगतो, कुणास ठाऊक! एक नंबरचा पक्षपाती आहे तो!

प्यारेलाल : बापूंना शंका वाटणं स्वाभाविक आहे; पण खरोखरच दिवसेंदिवस वातावरण सुधारतंय! हिंदू-मुस्लीम ऐक्याच्या दृष्टीनं भराभर पावलं टाकली जाताहेत! बापूंच्या उपोषणानं क्रांतीच होतेय म्हणा ना!

बापू : मग? उपोषण मधेच सोडलं, तर ही क्रांती आपणहून उधळल्यासारखी नाही का होणार?

बिर्ला : तुमचा बेत अचाट आहे! सबंध समाजाच्या शुद्धीकरणाचा.

बापू : निदान स्वतःच्या शुद्धीकरणाचा तरी प्रयत्न आहे!

बिर्ला : शुद्धीकरणासाठी शरीर तंदुरुस्त हवं ना?

बापू : त्याची काळजी माझा राम घेतोय. अंतःकरणापासून रामनाम घेत राहिलो, तर किडनी सुधारणंदेखील अशक्य नाही!

बिर्ला : पुराणात छोट्या नचिकेताच्या उपोषणानं यम घाबरला. मग इथं एक महात्मा उपवास करायला लागल्यावर काय तो घाबरल्या- शिवाय राहील? बरं... इथं काही हवं-नको?

बापू : बिर्लाजी, आपल्यासारख्या अत्यंत व्यग्र व्यक्तीनं खरंतर माझी विचारपूस करण्यासाठीसुद्धा प्रत्यक्ष यायला नको. तुमचा ब्रजमोहन आहे ना, तो आम्हा साऱ्यांची अगदी उत्तम व्यवस्था ठेवतो. काळजीच सोडा!

बिर्ला : आपल्या उपोषणातून इथं माणसांची वर्दळ वाढली आहे. तुम्हाला आणखी एखादं दालन द्यायला सांगू का ब्रजमोहनला?

बापू : मुळीच नको. बिर्लाजी, तुम्ही आधी दिलंय तेच खूप आहे.

आणखी कशाची अपेक्षा करणं चूक ठरेल. एवढीच विनंती आहे की, जिथं जाल तिथं लोकांच्या शुद्धीकरणाचं काम करीत राहा!

बिर्ला : लॉर्ड माउंटबॅटन भेटले होते अलीकडे?

बापू : परवा आले होते चौकशीला! मी म्हटलं, उपोषणामुळे या महमुदाकडे 'माउंट' चालून आला! (सगळे हसतात.)

बिर्ला : निघतो मी. तुमच्या रामाला सांगा, तुम्हाला आराम द्यायला!

[*जातात. मनू आणि प्यारेलाल त्यांना दरवाजापर्यंत सोडतात. बापू दिवाणावर लवंडतात. रामधून ऐकू येऊ लागते. ती पुसट होत जात असताना प्यारेलाल व मनू परततात.*]

मनू : बापू, श्रम झाले का बोलण्याचे?

[*बापू मानेनेच नकार देतात.*]

प्यारेलाल : सरदार पटेलांचं पत्र आलंय. ते वाचून दाखवलं तर चालेल?

मनू : (त्याला एका बाजूला घेत) आत्ताच वाचलं पाहिजे का? त्यात बापूंना मनस्ताप होण्यासारखं काही असलं तर?

प्यारेलाल : पण वेळेत वाचून दाखवलं नाही, तर तेही आवडणार नाही बापूंना!

[*बापू हाताने 'वाच' अशी खूण करतात.*]

प्यारेलाल : (पत्र वाचतो.) तीर्थरूप बापूजींना सादर प्रणाम. आपले उपोषण...

[*प्यारेलालवरचा प्रकाश जातो. पत्र ऐकणाऱ्या बापूंवर मंद प्रकाश; दुसरीकडे प्रकाशझोतात सरदार.*]

सरदार : ...चालू असताना मला अचानक काठेवाडला जावे लागत आहे, हे क्लेशकारक आहे. पण कर्तव्य पाळणे भाग आहे. माझ्या कामाचे ओझे इतके वाढले आहे, की त्याखाली चिरडून जाईनसे वाटते. हे असे चालू ठेवणे, माझ्या स्वतःच्या हिताचे नाही आणि देशालाही हानिकारक आहे. जवाहरवर तर माझ्यापेक्षाही अधिक ओझे आहे. पण ते हलके करण्याइतका मी, वय झाल्यामुळे, सक्षम नाही. मी जे करतो, ते मौलाना आझाद यांनाही पसंत पडत नाही. ऊठसूठ आपल्याला माझी बाजू घ्यावी लागते. हेही मला

असह्य होते. अशा परिस्थितीत आपण मला रजा दिलीत, तर ते माझ्या आणि देशाच्याही फायद्याचे ठरेल. सहकाऱ्यांना ओझे वाटत असताना मी पदाला चिकटून राहिलो तर तो सत्तेचा लोभ ठरेल. तेव्हा मी मंत्रिमंडळातून बाहेर पडावे, हेच बरे. अंतःकरणपूर्वक प्रार्थना करतो की, उपोषण सोडावे, आणि त्यानंतर माझा प्रश्न तडीला न्यावा. कदाचित, माझा प्रश्न हेही आपल्या उपोषणाच्या कारणांपैकी एक असू शकेल.
[*सरदारांवरचा प्रकाशझोत जातो. पत्र वाचणारा प्यारेलाल प्रकाशमान.*]

प्यारेलाल : ...आपला हितैषी, वल्लभ पटेल. [*पत्र बाजूला ठेवतो.*]

बापू : (प्यारेलाल) सरदारांना माझे अनेक आशीर्वाद दे. त्यांना लिही, की तुमची मतभिन्नता मी समजू शकतो. अहिंसेचा आग्रह धरून गृहमंत्रीपद चालवणं अतिशय कठीण आहे. तरीही कुठल्याही कारणानं जवाहरची साथ सोडू नका. कधी नव्हे इतकी आज आम्हा सर्वांना तुमची गरज आहे. तेव्हा काही दिवस थांबा. परिस्थिती बदलेल... तुमचा पितृतुल्य सुहृद, बापू.
[*मनू थर्मासमधून ओतून गरम पाणी देते. बापू ते पितात. पंडितजी आणि मौलाना आझाद येतात.*]

पंडितजी : प्रणाम बापू.

मौलाना : सलाम आलेकुम बापूजी.

बापू : अरे वा, प्रधानमंत्री आणि शिक्षणमंत्री साथ साथ? दोन थोर राजकारण्यांनी एकत्र भेट द्यावी, इतकं विशेष काय घडलं?

पंडितजी : खरोखरच एक विशेष कारण आहे!

मौलाना : भारत सरकारनं पाकिस्तानला ५५ कोटी रुपये देण्याचं पक्क ठरवलं आहे.

बापू : फारच छान! अर्थात यात आपल्या देशाची कर्तबगारी काही नाही. हे केवळ कर्तव्यपालन आहे.

मौलाना : बिलकूल सही!

बापू : काय झालं असेल, हे माझ्या लक्षात आलंय. कारण मौलाना जितकं माझं मन ओळखतात, तितकंच मीही त्यांचं मन ओळखू

शकतो. ते म्हणाले असतील, आपण जरी दगडी भिंतीवर डोकं आपटून घेतलं तरी, त्या म्हाताऱ्याचा निश्चय ढळणार नाही, इतका हटवादी आहे तो. (हसतात.) त्याच्याशी वाद घालणं फुकट आहे. तेव्हा करण्यासारखी एकच गोष्ट आहे, ती म्हणजे तो म्हणेल, ते एकदा देऊन टाकणं... असंच झालं ना?

मौलाना : बिलकूल गलत! मी 'हटवादी' म्हणालो नाही. आग्रही म्हणालो. सत्याग्रही! आणि सत्याग्रही माणसानं, पाहिजे ते मिळवणं, हा तर आपल्या सबंध चळवळीचा मूलाधार आहे! खरंय ना पंडितजी?

पंडितजी : सत्याग्रही कधी खोटं बोलतो? (सगळे हसतात.)

बापू : हां, पण नुसत्या तोंडी आश्वासनावर भागायचं नाही.

पंडितजी : तोंडी काय म्हणून? हे लेखी परिपत्रक. आपण ते जनतेला प्रार्थनासभेत वाचून दाखवू शकता. [*परिपत्रक पुढे करतात.*]

बापू : प्यारेलाल, जरा वाचून दाखव.

[*प्यारेलाल, पंडितजींकडून परिपत्रक घेतो.*]

प्यारेलाल : (वाचत) आधी ठरल्याप्रमाणे भारत सरकारने पाकिस्तानला त्यांच्या वाट्याची शिल्लक रक्कम रुपये ५५ कोटी एकरकमी देण्याचे मंजूर केले आहे व भारतीय रिझर्व्ह बँकेला तशा सूचना दिलेल्या आहेत.

बापू : (समाधानाने) हे चांगलं झालं. आपल्या सरकारनं पाकिस्तानचा सन्मान राखला. या प्रामाणिकपणानं आपल्या देशाचीही मान उंचावेल. आता पाकिस्ताननंदेखील कश्मीरप्रश्न सन्मानानेच सोडवावा. वैरभावाला कायमची मूठमाती द्यावी. स्नेहभाव जागवावा.

मौलाना : मग आता आपणही सोडणार ना उपोषण?

बापू : का? संबंध काय? पाकिस्तानचं देणं फेडून टाकावं, यासाठी हे उपोषण कधीच नव्हतं. हां, उपोषणाच्या शुद्धीकरणाच्या मूळ हेतूंपैकी तो एक हेतू होता, ज्यायोगे दोन राष्ट्रांमधलं वातावरण शुद्ध होऊ शकेल. पण अजून हिंदू आणि मुसलमान यांच्यातलं वैमनस्य पूर्णपणे नाहीसं कुठं झालंय? ते नाहीसं होईल तेव्हाच उपोषण संपेल!

मौलाना : पण जातीय दंगली पूर्णपणे थांबल्यायत. हिंदूंनी आपल्या

राहत्या घरांमध्ये मुसलमान निर्वासितांची सोय केलेय. आता आणखी काय हवं?

प्यारेलाल : कराचीहून तारा येताहेत. दिल्लीतून हाकलले गेलेले मुस्लीम निर्वासित विचारताहेत, 'आम्ही आता दिल्लीला परत येऊन आपापल्या घरांमध्ये राहू शकतो का?'

बापू : हीच खरी कसोटी आहे! प्यारेलाल, कराचीहून आलेल्या या तारा घेऊन शहरात जा आणि नागरिकांनाच विचार या प्रश्नाचं उत्तर!

प्यारेलाल : आजच जातो.

बापू : जेवढ्या लवकर दिल्लीतली जनता बदलेल, तेवढ्या लवकर मी उपोषण सोडीन.

पंडितजी : पण बापू, आम्ही सांगतोय ना की, जनता बदलली आहे. त्यावर तुमचा विश्वास नाही?

मौलाना : १३० हिंदू संघटनांनी एकत्र येऊन वचन दिलंय की, दिल्लीतल्या मुसलमानांनी निर्धास्त राहावं. त्यांना संपूर्ण संरक्षण मिळेल! हे तुम्हांला खरं वाटत नाही का?

पंडितजी : मग लोक बदललेयत, हे तुम्हांला पटवायचं तरी कसं?

बापू : सांगतो. माझ्या सात अटी आहेत.

प्यारेलाल : मुसलमानांचा धर्म आणि जायदाद यांच्या संरक्षणाविषयी आहेत त्या.

मनू : सर्वात पहिली अट – मेहरौलीच्या ख्वाजा कुतुबुद्दीनच्या दर्ग्याचा उरूस पूर्वीसारखाच यंदाही भरावा.

प्यारेलाल : मुसलमानांनी रिकाम्या केलेल्या आणि सध्या हिंदूंच्या, शिखांच्या ताब्यात असलेल्या मशिदी मुसलमानांना परत केल्या जाव्यात!

मनू : तसं कशाला? त्या सात अटी लिहिलेला कागदच मी तुम्हाला देते. [टेबलाचा खण उघडून कागद काढते, व तो पंडितजींना देते.]

पंडितजी : छान! डॉक्टर राजेंद्र प्रसादांच्या अध्यक्षतेखाली आम्ही सर्व जातीजमातींच्या १३० सभासदांची 'सेंट्रल पीस कमिटी' स्थापन

केलीये. तिचे सर्व सभासद या सात अटी मान्य असल्याच्या पत्रावर सह्या करतील.

[*डॉक्टर १ आत येतात.*]

मग तरी सोडाल ना तुम्ही उपोषण?

बापू : होय. मात्र सर्वांनी सह्या केल्या तरच! श्रीराम, श्रीराम! मनू, मला थोडं मळमळल्यासारखं होतंय. मी आत जाऊन पडतो.

[*कसेबसे मनूच्या आधाराने आत जातात.*]

डॉक्टर १ : (प्यारेलालला) मेडिकल रिपोर्ट आणलाय. [*देतात.*]

मौलाना : पंडितजी, खरोखरच का आपण सर्वच्या सर्व सभासदांच्या सह्या घेऊ शकू? कारण या सत्याच्या पुतळ्यासमोर किंचितही असत्य ठेवणं योग्य होणार नाही. त्यापेक्षा त्यांना त्यांच्या रामाच्या हातात सोपवलेलं बरं!

पंडितजी : समय! काळच काय तो निर्णय घेईल!

डॉक्टर १ : पंडितजी, वुइ आर ॲक्च्युअली रनिंग आउट ऑफ टाइम. आपल्याकडे वेळ फार थोडा आहे. बापूंना मळमळतंय. नॉशिया यायला लागलाय. हे फार वाईट लक्षण आहे. आता कुठल्याही क्षणी काहीही होऊ शकतं. ते बोलताहेत, हसताहेत, म्हणून आपण निश्चिंत आहोत. पण त्यांचं शरीर कुठल्याही क्षणी कशीही पलटी खाऊ शकतं. अचानक ते कोमात गेले, तर त्यांच्या अटी कशा काय मान्य करणार? उपोषण कसं थांबवणार? तेव्हा... जे काय करायचं, ते तातडीनं करायला हवं. आता प्रत्येक क्षण मोलाचा आहे...

पंडितजी : आम्ही बापूंचे प्राण वाचवण्यासाठी– (त्यांच्याने पुढे बोलवत नाही. ते डोळे टिपतात.)

मौलाना : (पंडितजींच्या खांद्यावर हात ठेवून) जवाहर, सब ठीक हो जायेगा. आपण लगेच कामाला लागू. त्या सात शर्तींवर सर्वांच्या सह्या घेऊ. शक्य तेवढ्या लवकर. बाकी सब खुदाके हाथमें...

[*क्षणिक अंधार. फक्त एकाच घोषणेपुरता... '१७ जानेवारी १९४८.'*

लगेच प्रकाश येतो. रंगमंच रिकामा. रात्री नऊचा सुमार. प्यारेलाल बाहेरून येतो. मनू बाहेर येते.]

प्यारेलाल : (मनूला) – बापू?

मनू : पाणीसुद्धा प्यावंसं वाटत नाही, इतकं मळमळतंय त्यांना. फार थकलेयत. गुंगीतच आहेत असं म्हणायला हवं. कारण बिछान्यावर झोपले असतानाच 'मला बिछान्यात निजवा' म्हणत होते... आता काय होईल रे प्यारेभाई?

प्यारेलाल : आपण आशा सोडायची नाही. डॉक्टर राजेंद्रबाबूंपासून सर्वांचे प्रयत्न चाललेयत, सर्व संघटनांना एकत्र आणण्याचे. दिल्लीमधलं वातावरण चांगलंच उत्साह वाढवणारं आहे. सब्जीमंडीमध्ये मुसलमान दुकानदारांवर बंदी होती. बिगरमुस्लिमांनी आपणहून येऊन ती उठवली. वर दिडेकशे मुसलमान दुकानदारांचं आपखुशीनं स्वागत केलं.

मनू : असं?

प्यारेलाल : बापूंच्या आदेशाप्रमाणे मी कराचीच्या तारा घेऊन हिंदू-शिखांच्या छावण्यांमध्ये गेलो होतो. काही तासांतच एक हजार निर्वासितांच्या सह्यांचं पत्रक निघालं. 'या थंडीत आम्ही निर्वासित छावण्यांमध्ये राहू, पण मुसलमानांना त्यांची घरं परत करू' अशा आशयाचं.

मनू : खरं की काय?

प्यारेलाल : पुढे ऐक. दिल्लीतलं सर्व कामकाज आजच्या दिवसासाठी थांबवून हिंदू, शीख आणि मुसलमान यांनी एकत्र मोर्चा काढला. मैलभर लांबीचा. लाखभर लोक होते त्यात.

मनू : आत्ता हे सगळं चाललंय, ते, बापूंचे प्राण वाचावेत, म्हणून... पण उपोषण संपल्यानंतरही सर्वांच्या भावना अशाच राहतील ना?

प्यारेलाल : त्याचीच काळजी वाटतेय बापूंना. म्हणून तर हा सह्यांचा आग्रह. प्रत्येक गोष्ट निश्चित करण्यासाठी.

मनू : आश्चर्य म्हणजे इतक्या विकल अवस्थेतही बापू जनतेवरच्या प्रेमानं आज पाच मिनिटं बोलले प्रार्थनासभेत. ऐकायचंय? (टेप देत) लाव.

[*प्यारेलाल टेप लावतो. त्या दोघांवरचा प्रकाश जातो. प्रकाशझोतात बापू. पांढरी शाल पांघरून, व्हरांड्यातील खाटेवर बसलेले. पुढ्यात मायक्रोफोन.*]

बापू : (सभेशी बोलत) भारतानं पाकिस्तानला त्यांचे ५५ कोटी रुपये परत केले. का? मुसलमानांना खूश करण्यासाठी? नाही. भारताइतकं मोठं राष्ट्र केवळ कुणाला तरी खूश करण्यासाठी निर्णय घेत नाही. पण आत्मशुद्धीसाठी केलेल्या या उपोषणानं, सरकारला, आधी केलेल्या ठरावापलीकडे जाता आलं. कायद्याहून मोठं काय असतं? न्याय! आम्ही केलं ते न्यायाचं केलं. आता पाकिस्ताननं स्वतः कुठे चुकतो, हे तपासून बघावं. चुका सुधाराव्यात. मला हे सांगणं भाग आहे; कारण मी मृत्युशय्येवर आहे. मृत्युशय्येवरून मी चुकीचं सांगू शकत नाही.

[*मनू टेप बंद करते. त्याबरोबरच बापूंवरचा प्रकाशझोत जातो. मनू रडू लागते.*]

मनू : (रडत) कां? कां असं म्हणतात ते? का म्हणतात, मी मृत्युशय्येवर आहे, असं?

प्यारेलाल : ते खोटं आहे मनू.

मनू : खोटं कसं असेल? बापू कधी खोटं बोलतील? (रडत) त्यांना मला कलंक लावायचाय. मी त्यांच्या सेवेत कमी पडले, म्हणून असं झालं, असं दाखवून द्यायचंय जगाला. वाईट आहेत ते! मला त्यांचा राग येतो... राग येतो...

[*हमसाहमशी रडते. प्यारेलाल तिला शांत करण्याचा प्रयत्न करतो. याच वेळी दारात डॉ. राजेंद्र प्रसाद, पंडितजी, मौलाना आझाद आणि डॉ. १. सगळे काहीसे थकलेले.*]

प्यारेलाल : राजेंद्रबाबू! (मनू मान उचलून पाहते. डोळे, चेहरा पुसते.) बघ, हे चांगली बातमी घेऊन आलेयत.

मनू : बसा. मी येते बापूंना घेऊन!

डॉ. राजेंद्र० : त्यांना झोप लागली असेल, तर–

मनू : त्यांनी सांगितलंय, आपण आलात तर उठवायला. [*लगबगीने जाते.*]

प्यारेलाल : शेवटी आपणा सर्वांची दिवसभराची मेहनत कारणी लागली म्हणायची!

डॉ. राजेंद्र० : आमची मेहनत नाही ही... बापूंची पुण्याई आहे!
[*मनू बापूंना घेऊन येते. बापू कष्टाने पावले उचलताहेत.*]

प्यारेलाल : (डॉक्टरांना) डॉक्टर, आज उपोषण सुटलं तर सगळं ठीक होईल ना?

डॉक्टर १ : हो. आज उपोषण सुटलं तर आशेला जागा आहे!
[*मनू बापूंना आणून मंडळींसमोर बसवते. ते अत्यंत विकल. कसेबसे उशांना टेकून बसतात.*]

डॉ. राजेंद्र० : पीस कमिटीचा रिपोर्ट घेऊन आलोय.
[*मनू बापूंना त्यांचा वाचायचा चष्मा देते.*]

बापू : (काही क्षण बारकाईने रिपोर्ट पाहिल्यानंतर) सर्वांनी सह्या केलेल्या दिसत नाहीत यावर.
[*मंडळी एकमेकांकडे पाहतात.*]

डॉ. राजेंद्र० : हो. आम्ही सर्वांशी संपर्क साधला होता. त्यांना त्यांच्या सह्यांचं महत्त्वदेखील पटवून दिलं होतं. तरीही काही हिंदुत्ववादी संघटनांचे सभासद सभेला गैरहजर राहिले. त्यांच्या सह्या नाहीयेत त्यावर.

बापू : ठीक आहे. त्यांना दुसरी कामं असतील! उद्या-परवा कधीही – सर्वांच्या सह्या मिळवण्याचा प्रयत्न करा.
[*डॉक्टर १ प्यारेलालकडे पाहतात.*]
घाई करू नका. परिणाम दीर्घकालीन व्हायचा असेल तर पाया पक्का हवा. एकूण एकीचं – शंभर टक्के संघटनांचं परिवर्तन व्हायला हवं. जी हमी तुम्ही देताय ती अगदी अस्सल हवी! ती मिळवा! मला जगवण्यासाठी कसलीही घाई करू नका! मी मरणार असेन, तर मला मरू द्या!
[*बोलण्याच्या श्रमांमुळे डोळे मिटून मान मागे टाकतात.*]

[*सावकाश अंधार.*]

छायाप्रवेश २/१

[*तीन छायाकृती.*]

१ : उपोषणातून वाचला, तरी तो आपल्या हातून मरेल!

२ : सत्य-अहिंसेचा त्याचा आक्रोश कायमचा थांबेल!

१ : बरं का बडगे, आम्ही दोघं विमानानं दिल्लीला पोहचतो.

२ : कॉनॉट सर्कसमधल्या मरिना होटेलात राहातो.

१ : खोटी नावं धारण करून. हा एम. देशपांडे, मी एस. देशपांडे!

बडगे : एम. देशपांडे, एस. देशपांडे. देशपांडे–देशपांडे!

१ : तुम्ही रातोरात रेल्वेनं निघा. आमच्या पाठोपाठ दिल्लीत या!

२ : खरं नाव देऊच नका, कुठेही, कोणालाही! एकंदर व्यवहार खोट्याचाच होईल!

सगळे : सत्याचा बीमोड असत्याने होईल! सत्याचा बीमोड असत्यानेच होईल!

[*त्या तिघांना आणखी दोन छायाकृती येऊन मिळतात.*]

१ : सगळे जमलो दिल्लीत. विनासायास, अविलंब!

२ : आता एकदा करूया, शुभकार्याला प्रारंभ!

३ : कार्य पार पाडण्यास श्री समर्थ आहेच!

४ : चला तर मग बिर्ला हाउसवर लगेच!

[*चालतात.*]

१ : या आलिशान बंगल्यात राहतो, जो स्वतःला 'गरिबांचा कैवारी' म्हणवतो!

२ : 'सेक्रेटरींना भेटायचंय' अशी गेटकीपरला मारू थाप, म्हणजे तो आत जाईल आपोआप!

४ : आपला रस्ता मोकळा! चला बिर्ला हाउसच्या पिछाडीला!

१ : इथून बघा ती प्रार्थनेची जागा! बुड्ढा करतो देशाची दिशाभूल ती इथेच बसून! ऐक्याच्या नि बंधुत्वाच्या भूलथापा मारून!

२ : बघितल्यात या पाठीमागच्या भिंतीमधल्या फटी सोयीस्कर? ज्यांच्यामधून सहज झाडता येईल रिव्हॉल्व्हर!

४ : ...तत्क्षणी म्हातारा कोसळेल भुईवर!

३ : सारी बडबड ऐक्याची संपूनच जाईल!

सगळे : सत्याचा बीमोड असत्याने होईल. सत्याचा बीमोड असत्यानेच होईल!

२ : जवळच आहे नोकराची खोली. तिची खिडकी दिसतेय चांगली लांबरुंद!

३ : तिच्यातून सहज फेकता येईल हातबॉम्ब!

४ : प्रार्थनेसाठी हात जोडलेल्या त्या पाठमोऱ्या निःशस्त्रावर.

१ : शिवाय इथूनच फेकता येतील गनकॉटन स्लॅब्स इकडे तिकडे. जमलेल्या जनतेचे चित्त वेधायला भलतीकडे.

३ : आता जाऊ हिंदुमहासभा भवनामागच्या जंगलात, प्रॅक्टिस करायला, पिस्तूल उडवण्याची.

१ : हटकलं कोणी, तर सांगू. आम्ही पर्यटक, शोभा पाहतो वनाची.

४ : मारू थाप सुचेल ती, सहज खपून जाईल!

सगळे : सत्याचा बीमोड असत्याने होईल! सत्याचा बीमोड असत्यानेच होईल!

१ : मरिना होटेल, खोली नंबर चाळीस.

२ : तो बघा नथुराम. खाटेवर पडून करतोय आराम.

३ : नथुराम, ऊठ. झोपून चालायचं नाही.

१ : हाती आहे कार्य राष्ट्रोद्धाराचं. त्या भंपक म्हाताऱ्यापासून देशाला वाचवण्याचं.

२ : नष्टच करायचं त्याचं स्थान लोकांच्या मनातलं. देशाच्या देव्हाऱ्यातलं.

३ : त्यासाठी उपयोग नाही संयमाचा, विवेकाचा.

४ : उपाय आहे एक फक्त त्या असुराच्या वधाचा.

१ : दक्ष राहा सारे! एक साथ दक्ष!

२ : आज सायंकाळी... प्रार्थनेच्या वेळी... गोपाळ आणि आपटे इशारा देतील. मागच्या खिडकीतून मदनलाल गनकॉटन स्लॅब फोडेल. एकच गडबड उडेल. त्यात बडगे रिव्हॉल्व्हर झाडेल!

१ : सर्वत्र होईल एकच गोंधळ. त्यात आपण काढू पळ!

३ : ठरवलेले बिनचूक तडीला जाईल!

सगळे : सत्याचा बीमोड असत्याने होईल. सत्याचा बीमोड असत्यानेच होईल!

[अंधार.]

अंक दुसरा : प्रवेश दुसरा

[*बिर्ला हाउस. प्यारेलाल डायरी लिहीत बसला आहे. मनू येते.*]

प्यारेलाल : बापू काय करताहेत ?

मनू : झोप लागलेय... शक्य तर प्रार्थनासभेच्या वेळेपर्यंत उठवणारच नाहीये त्यांना. तू काय लिहितोयस ?

प्यारेलाल : नेहमीचंच. डायरीत नोंद करतोय. त्याशिवाय पुढच्या पिढ्यांना खरा इतिहास कसा कळेल ?

मनू : पुढच्या पिढ्यांसाठी कोणीतरी खोटा इतिहासदेखील तयार करून ठेवत असेल ! बापूच फाळणीला जबाबदार आहेत, असा प्रवाद आत्ताच पसरवला जातोय ना ?

प्यारेलाल : नोंद करताना मनू एखादा प्रसंग असा घडतो की, त्यामुळे आजवरच्या सगळ्या नोंदींचं सार्थक व्हावं ! परवाचा – बापूंनी उपोषण सोडलं तो अविस्मरणीय प्रसंग !

मनू : १८ जानेवारी १९४८. गुरू गोविंदसिंगांचा जन्मदिवस...

प्यारेलाल : त्या दिवशी मी गुरुद्वारावरून आलो– तिथं बापूंसाठीच प्रार्थना चालल्या होत्या...

मनू : मौलाना आझादजींनी मोसंबीचा आठ औंस रस बापूंना पाजला, आणि मृत्यूचं सावट एकदम दूर झालं. पवित्र-अतिपवित्र घटका होती ती. त्या वेळच्या आनंदीआनंदाची पुरती नोंद करून ठेवलीयस ना तू ?

प्यारेलाल : हो, आणखीही काही काही नोंद करून ठेवलंय. आदल्या रात्रीपर्यंत, इकडे बापूंचे प्राण संकटात असतानाही, काही हिंदू संघटनांनी सात अटींच्या वचनपत्रकावर सह्या करायला टाळाटाळ केली. मात्र बापूंनी मृत्युशय्येवर असतानाही तडजोड केली नाही.

परत राजेंद्रबाबूंनी त्या अडेलतट्टांना भेटून कशाबशा त्यांच्या सह्या मिळवल्या. सगळ्या—सगळ्याची नोंद केलेय मी.

[डॉक्टर १ येतात.]

डॉक्टर १ : नमस्कार! उपोषणानंतर आता काय म्हणतोय आमचा पेशंट?

मनू : वजन १०८ पौंड झालंय. तरीही अशक्त वाटताहेत. चालताना पाय लटपटतायत. मधेच तोलही जातो. डॉक्टर, कधी होतील बापू पूर्वीसारखे?

डॉक्टर १ : वेळ तर लागणारच. पण मला मुख्य काळजी वाटतेय ती त्यांच्या किडनीची. ती आणखी डॅमेज झाली नाही, म्हणजे मिळवलं!

मनू : तुम्ही सांगाल तेव्हा धान्यातलं काहीतरी देऊ. आता भाज्यांचं सूप देतेय.

डॉक्टर १ : त्याचा परिणाम झाला?

मनू : झाला ना! लगेच सूतकताई करायला बसले. म्हणाले, आजपासून अन्न खायला सुरुवात केलेय ना? मग? मला श्रमयज्ञ करू दे. श्रमयज्ञाशिवाय अन्न खाणं ही चोरी आहे!

डॉक्टर १ : असला पेशंट मिळायला भाग्य लागतं. आम्हाला ते लाभलं. ...प्यारेलाल, बापू झोपले असतील, तर मी नंतर येतो चेकिंगला. तुम्हाला रिपोर्टची घाई नाही ना?

प्यारेलाल : आजपासून बुलेटिन देणं बंदच केलंय आम्ही. उपोषण सोडल्यानंतर सारं ठीक आहे, असंच जाहीर केलंय!

डॉक्टर १ : बरं तर – मी नंतर येतो. (जातात.)

मनू : प्यारेभाई, पाकिस्तानचे हाय कमिशनर शहीद हुसेनना ट्रंककॉल करायची आठवण आहे ना? आणि हो, 'स्टेट्समन'च्या आर्थर मूरनाही उपोषण सोडायला सांगायचंय. बापू म्हणत होते, त्याला नीट समजावून सांगा, उपोषण कसं सोडायचं ते. त्याचं हे पहिलंच उपोषण आहे!

[दोघेही हसतात. याच वेळी बापू बाहेर येतात.]

बापू : अरे वा! एवढा कशाचा आनंद झालाय?

मनू : तुमचं उपोषण सुटल्याचा, आणखी काय? पण उपोषण सुटलं म्हणजे विश्रांती घ्यायची नाही, असं नाही!

बापू : विश्रांती घेण्याआधी काम तर करायला हवं? प्यारे, शहीद हुसेन काय म्हणतात? मी जाऊ शकतो का पाकिस्तानला?

प्यारेलाल : नाही.

बापू : नाही? हेच गृहस्थ रोज फोन करून सांगत होते की, पाक जनता दुःखात आहे. उपोषण सोडा.

प्यारेलाल : हो. ते म्हणतात, तिथल्या जनतेला गांधीजींविषयी फार वाटतं. पण याचा अर्थ असा नाही, की ती पाकिस्तानात गांधीजींचं स्वागत करील. हिंदू–मुसलमानांमधला अविश्वास अजूनही कायम आहे. शिमला हायकोर्टात अजूनही मुस्लीम वकिलांना प्रॅक्टिस करू देत नाहीत!

बापू : हं... मग मुस्लिमांना तरी आपला विश्वास का वाटावा? एकूण मला पूर्ण सव्वाशे वर्ष जगता येणार नाही, असं दिसतंय!

[सरदार पटेल आणि जहांगीर येतात.]

प्यारेलाल : या सरदारजी, बसा जहांगीरजी.

सरदार : नमस्ते.

बापू : जहांगीरजी, आत्ताच आम्ही पाकिस्तानला भेट देण्याविषयी बोलत होतो. पण बॅरिस्टर जीनाला आता माझ्याविषयी पूर्वींची आत्मीयता राहिलेली दिसत नाही!

जहांगीर : गेल्या चार महिन्यांत जीनासाहेब पुष्कळ बदललेयत!

बापू : कशावरून? देणं पदरात पडल्यानंतर अजूनही ते म्हणताहेत, की सरदार पटेल ५५ कोटी देण्याच्या विरोधात होते. खरंय ना सरदार?

सरदार : वाद आणखी चिघळायला नको असेल, तर मी गप्पच राहिलेलं बरं.

बापू : जीनासाहेब बदलले असते तर, सरदारांविषयी या अफवा का? इथं आम्ही जे करतो, ते सगळं एकमतानं. मग हे माणसं फोडायचे उद्योग कशासाठी?

प्यारेलाल : शांत व्हा बापू. हवं तर नंतर बोलू आपण त्यांच्याशी.

बापू : नाही. मला या प्रश्नाचा सोक्षमोक्ष आत्ताच लावायचाय.

जहांगीरसाहेबांकडून आणि सरदारजींच्या समोर. मी पाकिस्तानात येऊ शकतो की नाही? जीनाचं धोरण काहीही असो, मला त्याची पर्वा नाही. माझा जीव तीळतीळ तुटतोय तिथल्या माझ्या बांधवांसाठी. मायभगिनींसाठी. म्हणून निलाजऱ्यासारखा पुनःपुन्हा विचारतोय की, मी पाकिस्तानात येऊन तिथल्या जनतेशी बोलू शकतो का? तिथं मोकळेपणानं फिरू शकतो का?

जहांगीर : हा प्रश्न विचारला मी अब्दुल निश्तरला.

प्यारेलाल : अब्दुल निश्तर कोण?

जहांगीर : माझा मित्र आहे. पाकिस्तानात वकील आहे. तो म्हणतो की, बापू येऊ शकतात. पण विदाऊट ऑथॉरिटी. हक्कानं नाही येऊ शकणार. मात्र सहजच आले तर काही अडचण नाही येणार. तसं त्यांनी यावंच.

बापू : म्हणजे मी यायला हवंय. शांतता निर्माण करायला हवेय. पण ती त्यांच्या अटींवर. कशाला माझ्यावर हे उपकार?

जहांगीर : समजून घ्या. आपण त्यांच्याशी चांगलं वागलो, तर ते चांगलं वागतील. पण नाही वागलो तर? अशी भीती वाटतेय पाकिस्तानला, आणि तिथल्या मुसलमानांना!

बापू : (संतापून) खोटं आहे हे! साफ खोटं! तुम्हाला काय वाटतं? इथल्या मुसलमानांशी चांगलं वागण्याचं आम्ही नुसतं नाटक करतोय? इथल्या हिंदू-शीख निर्वासितांनी स्वतःला उघड्यावर पडावं लागलं, तरी मुसलमानांना घरं परत केली. मशिदी मोकळ्या करून दिल्या! आणखी किती चांगलं वागायचं? दिल्लीतल्या प्रत्येकानं एकोप्याचं वचन दिल्यानंतरच मी उपोषण सोडलं! त्याची काहीच किंमत नाही? सात दिवसांत एवढं प्रचंड परिवर्तन झालं, त्याची महती लक्षात न घेता, तुम्ही उलट आमच्यावरच शंका घेता? (खोकत) जीना आता काही निर्णय घेईलसं वाटत नाही. माझा त्याच्यावर आता बिलकूल विश्वास राहिलेला नाही...

[*खोकला अनावर होतो. मनू त्यांना पाणी देते. शांत करण्याचा प्रयत्न करते.*]

सरदार : मला वाटतं जहांगीरजी, बापूंना डिवचणं तुम्ही आता थांबवावं.

त्यांची बाजू सत्याची आहे. नेहमीच असते. तुम्हाला जीनांची बाजू मांडायची होती. कर्तव्य म्हणून मी तुम्हाला घेऊन आलो. पण आता सगळं स्पष्टच झालं. या परिस्थितीत बापू पाकिस्तानात येणार नाहीत. तिथल्या जनतेला जरी ते यायला हवे असले, तरीही राज्यकर्त्यांना नको असेल, तर बापू स्वतःला कुणावर लादणार नाहीत. तो त्यांचा स्वभाव नाही. आम्ही येतो बापू. आपण विश्रांती घ्यावी.

[*जहांगीरना बरोबर घेऊन सरदार पटेल जातात. बापू प्रयत्नपूर्वक उठून आतल्या खोलीत जातात. मनू त्यांच्यासोबत जाते. बाहेर रिमझिम पावसाला सुरुवात होते. मनू बाहेर येते. क्षणभर पावसाकडे पाहत राहते.*]

मनू : प्यारेभाई, पाऊस सुरू झाला... प्रार्थनासभा घ्यायची का या पावसात?

प्यारेलाल : हा नुसता रिमझिम पाऊस आहे. लोक तर मुसळधार पावसातदेखील बापूंचं भाषण ऐकत उभे राहतात. आजही मोठ्या संख्येनं येतील. बघशील तू!

मनू : हे झालं श्रोत्यांचं! पण बापूंचं काय? आज त्यांना बोलण्याचा खूपच त्रास झाला... खोकलाही वाढलाय. आजची प्रार्थनासभा रहित केली, तर नाही का चालणार?

प्यारेलाल : नाही. त्यामुळे मनस्ताप होईल बापूंना. आणि तब्येत अधिकच बिघडेल!

मनू : (हिरमुसली होत) ठीक आहे. मग घेऊया सभा.

प्यारेलाल : पण बापू जितकं कमी बोलतील, तितकं बरं.

[*त्या दोघांवरचा प्रकाशझोत जातो.*]

[*व्हरांडा. भाषणासाठी तयार केलेल्या मंचावर बापू. शेजारी मनू आणि आभा.*]

बापू : (सभेत बोलत) सत्य हा शब्द ओठावर ठेवूनच मी उपोषण सोडलं. ज्या सत्यरूपी परमेश्वरानं माझ्या या आध्यात्मिक साहसाचा यशस्वी शेवट घडवून आणला, तोच यापुढेही मला, तुम्हाला

मार्गदर्शन करीत राहील. ...आज थोडं लोकशाहीविषयी बोलू. आपल्याला लोकशाही हवी आहे, पण ती पाश्चात्त्यांकडून उसनी नको. देशातल्या सर्वात दुबळ्या माणसाची सर्वात शक्तिमान माणसाशी बरोबरी व्हावी, ही आपली लोकशाही. रस्त्यावरच्या माणसालाही पंतप्रधानांचा दरवाजा उघडा–

[*एकाएकी एक प्रचंड धमाका होतो. लोकांमध्ये गोंधळ उडतो. मनू बापूंचं रक्षण केल्याप्रमाणे त्यांना मिठी मारते.*]

बापू : घाबरू नको मनू... काहीही झालेलं नाहीये! (जनतेला) थांबा, थांबा – जागचे उठू नका. कोणीही घाबरू नका. ...काहीही झालेलं नाहीये. पलिकडे फौजी सराव करताहेत नेमबाजीचा, त्याचा आवाज आहे हा. ...ऐका. ...शांत राहा. ...मी सांगतो ना? शांत राहा...

[*लोकांचा गोंधळ हळूहळू थांबतो.*]

(भाषण पुढे चालू ठेवत) आत्ताच आपली परीक्षा घेतली गेली! विशेष काहीच झालेलं नसताना, जर आपण नुसत्या मोठ्या आवाजानं भेदरून गेलो, तर खरोखरच काही झाल्यावर आपलं काय होईल? म्हणून म्हणतो, आपण निर्भय व्हायला हवं... कठीण प्रसंगातही शांत राहणं शिकायला हवं...

[*व्हरांड्यावर सावकाश अंधार होतो, आणि बैठकीची खोली उजळते. खोलीत प्यारेलाल. समोर बिर्ला हाउसमधला नोकर.*]

प्यारेलाल : छोटूराम, तुझं म्हणणं–आत्ता जो धमाका झाला, तो कुणीतरी ठरवून घडवलेला होता...

छोटूराम : होय साहेब. ती मंडळी आज सकाळी इथं बिर्ला हाउसवर येऊन गेली.

प्यारेलाल : कितीजण होते?

छोटूराम : तिघे–चौघे होते. गेटकीपरनं त्यांना आत कसं सोडलं, काय माहीत? पण थेट आमच्या नोकरांच्या खोलीपर्यंत आले. मला म्हणाले, प्रार्थनेच्या वेळी आम्हाला आत सोड. मी विचारलं, कशाला? तर म्हणाले, या खिडकीतून आम्हाला फोटू काढायचाय, प्रार्थनेला बसलेल्या गांधीबाबांचा. मी म्हटलं, नाय

बा, असं सोडू नाय शकत. तशी माझ्यासमोर धा रुपयांची नोट धरली. तेव्हाच मला शक आला की, हे काम कायतरी भलतंच आहे! मी म्हटलं, मला नकोत तुमचे पैसे. तुम्ही आधी चालू पडा! पुन्हा या खोलीच्या जवळपास दिसलात, तर सिक्युरिटीला सांगेन!

प्यारेलाल : शाब्बास! मोठं काम केलंस तू गड्या!

[*बापूंना आधार देऊन मनू आणि आभा आत येतात. त्यांना बसवतात. आभा बाहेर जाते.*]

बापू, हा छोटूराम. इथं गाड्या पुसायचं काम करतो. तुमच्या हत्येचा कट करणारे लोक याला लाच देऊ करत होते. पण हा बधला नाही!

बापू : (छोटूच्या डोक्यावरून हात फिरवून) मोठा होशील बेटा. तुझ्यासारखी नेक माणसं आता कमी होत चाललीयेत!

छोटूराम : आपला आशीर्वाद हे मोठंच इनाम हाये! (त्यांच्या पायावर डोकं ठेवतो आणि जातो.)

मनू : बापू, बरं वाटतंय ना? (त्यांना पाणी देते.) सभेत खूप वेळ बोललात आज!

[*पोलीस सुपरिटेंडंट येतात.*]

पो.सु. : (सॅल्यूट ठोकून) बापूजी, तुमच्यावर हातबॉम्ब फेकणाऱ्याला आम्ही ताब्यात घेतलंय. पश्चिम पंजाबचा निर्वासित आहे तो. मदनलाल पाहवा म्हणून. अंदाजे पंचविशीचा आहे.

मनू : पाहिलंत बापू? तुम्हाला वाटलं तसा तो धमाका फौजींच्या प्रॅक्टिसमधला गनशॉट नव्हता. बॉम्बस्फोटच होता!

पो.सु. : ॲक्च्युअली ती गनकॉटन स्लॅब होती. त्यानं ती बापूंच्यापासून ७५ फुटांवर फोडली. बहुधा नुसतीच गडबड उडवून देण्याचा उद्देश असावा! किंवा त्या गडबडीचा फायदा घेऊन दुसरं कुणीतरी रिव्हॉल्व्हर चालवणार असावं...

प्यारेलाल : बहुतेक नोकरांच्या खोलीच्या खिडकीतून!

पो.सु. : मदनलाल आमच्या हाती लागला, ही इथेच काम करणाऱ्या, सुलोचना नावाच्या पंजाबी बाईची हुशारी. तिनं ठिणग्या पाहिल्या.

मदनलालनं काहीतरी पेटवलं, असं पाहिलं आणि धमाक्यानंतर त्याला धरूनच ठेवलं, आरडाओरडा केला - आणि सगळ्यांनी मिळून त्याला आमच्या स्वाधीन केलं!

बापू : केवढं धाडस त्या बाईचं! बायकांच्या गुणांचं व्हावं तेवढं चीज आजवर झालं नाही, हे दुर्दैव आपल्या देशाचं! प्यारेलाल, उद्याच्या प्रार्थनासभेत आपण सत्कार केला पाहिजे या सुलोचनादेवीचा!

[*बिर्ला, सरदार पटेल आणि १-२ पत्रकार येतात. पोलीस सुपरिटेंडंट सॅल्यूट ठोकतात.*]

बिर्ला : परमेश्वरकृपेनं बापू वाचले आज!

पो.सु. : हल्लेखोर आमच्या ताब्यात आहेत. त्यानं पेटवलेली स्लॅब पॉवरफुल होती. कारण जवळच्या भिंतीचा काही भाग या धमाक्यानं कोसळला आहे. मला वाटतं, इथल्या पोलिसांची संख्या वाढवायला हवी!

बापू : कशाला हवेत आणखी पोलीस? ईश्वर मला वाचवणार असेल तर रक्षकांची गरज नाही. पण सरकारची माझ्या भक्तीवर श्रद्धा नाही. त्यांना वाटतं की, पोलीसच मला वाचवतील. मी विरोध करत नाही. केला तर, हे सरदार आणि जवाहर - यांच्या काळजीत भर पडेल, म्हणून!

सरदार : बापू, आज आणखी एकदा दाद देतो तुमच्या धैर्याला. इतक्या जवळ धमाका झाला, तरी तुमची जराही चलबिचल झाली नाही!

मनू : हो ना! मी तर घाबरून मिठीच मारली यांना. लोकही जागचे उठले - तर हे सगळ्यांना शांत करताहेत... काही झालेलं नाही, खाली बसा, म्हणताहेत! वर आणखी एवढं झाल्यानंतर भाषण दिलं चांगलं वीस मिनिटं!

बिर्ला : पण यात नवीन काय आहे? आपण कितीतरी वेळा अनुभव घेतलाय बापूंच्या निर्भयतेचा! मोहनदास गांधी हे धैर्याचंच दुसरं नाव आहे!

बापू : (हसून) तुम्ही उगाच कौतुक करताय माझं! खरं काय झालं, सांगू का? धमाका ऐकल्यावर मला खरोखरच वाटलं, की आपले फौजीभाई जवळपास सराव करताहेत नेमबाजीचा! हा बॉम्ब आहे-

आणि तो माझ्यासाठी आहे, हे बिलकूल लक्षातच आलं नाही माझ्या... मग धैर्याचा प्रश्नच कुठं येतो? आणि कौतुक तरी कशाचं? सगळं समजूनसवरून मी मारेकऱ्यासमोर हसतमुखानं उभा राहिलो असतो, तर मला धिटाईचं प्रशस्तिपत्र देणं कदाचित योग्य ठरलं असतं... पण इथं ते गैरलागू आहे!

पो.सु. : (नमस्कार करून) मग? मी रजा घेऊ आपली?

बापू : थांबा. एक विनंती आहे.

पो.सु. : 'आज्ञा' म्हणा...

बापू : हा जो तरुण आता तुमच्या ताब्यात आहे...

पो.सु. : मदनलाल पाहवा. त्याच्याकडे एक हँडग्रेनेडही सापडला. माणूस असा डांबरट आहे, की आपण केलेल्या कृत्याचा त्याला जरासुद्धा पश्चात्ताप झालेला नाही!

बापू : तरीही त्याला त्रास देऊ नका. त्याचा शारीरिक किंवा मानसिक छळ करू नका. त्याच्याशी बोला आणि त्याला योग्य तो विचार करायला लावा. त्याचा तिरस्कार करू नका. कदाचित त्याला मी हिंदुत्वाचा शत्रू वाटलो असेन, आणि मला नष्ट करण्यासाठी देवानंच आपल्याला पाठवलंय, असाही त्याचा समज असेल!

पत्रकार १ : एक पत्रकार म्हणून विचारतो—बाँब आपल्यासाठीच होता, असं आपण का समजता? कदाचित हा नुसता त्या बेजबाबदार तरुणाचा बेछूट चाळा असेल!

बापू : असं समजण्याचा मूर्खपणा मी तरी करणार नाही. माझं तत्त्वज्ञान अहिंसेचं असलं, तरी आजूबाजूचा हिंसाचार मला दिसत नाही, असं नाही! या तरुणाच्या त्या कृत्यामागे एक भयंकर हिंसक आणि दूरवर पसरलेलं कारस्थान आहे, हे न समजण्याइतका मी अडाणी नाही!

पत्रकार २ : कुणाचं कारस्थान असेल हे, असं आपल्याला वाटतं?

बापू : कुणातरी वाट चुकलेल्यांचं. हिंसेनं, असत्यानं प्रश्न सुटतील, असं ज्यांना वाटतं, त्या बुद्धिभ्रष्टांचं. मात्र हा हल्लेखोर माझ्या विरोधात आहे, म्हणजे तो वाईट माणूस आहे, असं नाही. त्याची कीव करावी आणि त्याला मार्गभ्रष्ट करणाऱ्यांचा शोध घ्यावा!

बिर्ला : पण सुपरिंडेंडंटसाहेब, याचा अर्थ असा नाही, की तुम्ही त्या हल्लेखोराला सोडून द्यावं!

बापू : मुळीच नाही. त्याला सोडून कसं देणार? त्यानं केलेलं कृत्य गैरसमजातून किंवा अपघातानं झालेलं नाही. शिवाय त्याचा त्याला पश्चात्तापही होत नाहीये. तेव्हा क्षमा करायला जागाच राहात नाही!

पत्रकार १ : म्हणजे या तरुणाला शिक्षा व्हावी, असंच आपल्याला वाटतं...

बापू : शिक्षा व्हावी की नाही, हा कायद्याचा प्रश्न आहे. मी त्याविषयी निर्णय देणं, हे सुव्यवस्थेचा प्रश्न बिकट करून, सरकारला अडचणीत आणण्यासारखं होईल!

पो.सु. : ठीक आहे. बापूजी, मी निघतो. या प्रकरणाचं काय होतं ते कळवत राहीनच.

पत्र. १-२ : आम्हीही येतो. नमस्कार.

[पोलीस सुपरिंटेंडंट आणि पत्रकार जातात.]

सरदार : बापू, आजच्या प्रसंगावरून, आपल्या जीवाला आणि पर्यायानं सरकारला, किती मोठा धोका आहे, हे उघड झालंय. म्हणून आजपासून, बिर्ला भवनमध्ये सशस्त्र सैनिकदल ठेवण्याचा आदेश मी देणार आहे. काही तासांतच त्याची अंमलबजावणी सुरू होईल!

बापू : सशस्त्र सैनिक ठेवायचे असतील, तर ते बाहेर – बिर्ला हाउसच्या संरक्षणासाठी ठेवा. माझ्या रक्षणासाठी नकोत.

सरदार : खबरदारी म्हणून आणखी एक गोष्ट करायला हवी. रोज प्रार्थनेच्या निमित्तानं शेकडो माणसं तुमच्या आजूबाजूला वावरत असतात. आजचा हा हल्लेखोरही त्यातलाच! तेव्हा माझा विचार असा आहे की, प्रार्थनेला येणाऱ्या कुणीही, सोबत एखादं शस्त्र आणलेलं नाही ना, याची कसून तपासणी केली जावी!

बापू : ते अजिबात चालणार नाही. प्रार्थनेच्या वेळी मानवी संरक्षण ही गोष्ट माझ्या श्रद्धेमध्ये बसत नाही. मी पूर्णपणे ईश्वराच्या संरक्षणाखाली आहे. तुम्ही म्हणता तशा सुरक्षेला संमती देणं, ही श्रद्धेची विटंबना होईल!

सरदार : पण आज या तरुणानं बॉम्ब फोडला, उद्या कोणी पिस्तूल चालवेल!

बापू : चालवू दे. मी त्याला सामोरा जाईन. मी मरावं, अशी परमेश्वराची इच्छा असेल, तर तो मारेकऱ्याला तशी बुद्धी देईल, आणि मला तेवढं धैर्य देईल! पण आपण जर प्रार्थनेला येणाऱ्या प्रत्येकावर अविश्वास दाखवला, तर प्रार्थनेची किंमत काय राहील? नाही. माझा सपशेल विरोध आहे प्रार्थनासभेसाठी येणाऱ्यांच्या तपासणीला!

सरदार : ठीक आहे. जशी आपली मर्जी! आता नशिबावर विश्वास ठेवणं, एवढंच आपल्या हाती! उद्या काही वेडंवाकडं झालं, तर जनता गृहमंत्री म्हणून मला जबाबदार धरेल, तेव्हा जे काय द्यायचं ते उत्तर मी देईन. आपल्या मनाविरुद्ध मात्र कुठलीही गोष्ट मी करणार नाही. अगदी आपल्या संरक्षणासाठीही नाही. येतो आम्ही. [*सरदार पटेल आणि बिर्ला, दोघेही बापूंना नमस्कार करून जातात. प्यारेलाल त्यांच्यासोबत बाहेर जातो. क्षणभराने−*]

मनू : बापू, खरोखरच का प्रार्थनेला येणाऱ्या कुणाच्याही तपासणीची गरज नाही?

बापू : अजिबात नाही.

मनू : आज बॉम्ब फोडण्याचा प्रयत्न होऊनसुद्धा?

बापू : आजचा धमाका हा परमेश्वरानं माझ्या जागृतीसाठी घडवला आहे. माझ्यावर येणाऱ्या भावी प्रसंगासाठी माझ्या आणि तुमच्याही मनाची तयारी करायची त्याला!

मनू : मला वाटतंय की तुमचा आजचा अपघात टळला− म्हणजे आता तुम्ही तुमच्या इच्छेप्रमाणे सव्वाशे वर्षं जगाल!

बापू : आणि या सगळ्या काळात तूच असशील माझ्याबरोबर! आजच्यासारखीच सचोटीनं, निःस्वार्थीपणानं आणि निर्भयपणे मला सांभाळत!

मनू : बापू, तुम्ही मला नेहमी इतक्या वर वर चढवता की वाटतं, कधीतरी मी त्या उंचीवरून एकदम खोल दरीत कोसळेन... कां नेहमी नेहमी अशी कसोटी घेता माझी?

बापू : तुझी म्हणूनच घेतो. इतरांची नाही घेणार कारण मी तुझी आई आहे. खरीखुरी आई. तुझ्या मांडीवर डोकं ठेवून मी हसत हसत मरणाला सामोरा जाईन!

मनू : नका ना मरणाचं काही बोलू.

बापू : तू ती कविता म्हण ना गुरुदेव टागोरांची...

मनू : कुठली ?

बापू : ती... नोआखलीत आपण पदयात्रा काढली होती, तेव्हा म्हणायचीस, ती! त्या पदयात्रेत केवढा आधार वाटायचा त्या कवितेचा !

मनू : म्हणते...

[गुरुदेव टागोरांची 'एकला चालो रे' ही कविता म्हणू लागते. ती, कविता म्हणत असतानाच, सावकाश अंधारत जाते.]

छायाप्रवेश २/२

[*तीन छायाकृती.*]

१ : माती खाल्ली रे माती खाल्ली! या बडग्यानं माती खाल्ली!

२ : आपण सारी सिद्धता केली... मदनलालनं गडबड उडवली...

३ : तारांबळ झाली जमलेल्यांची... तीच वेळ होती रिव्हॉल्व्हर झाडण्याची.

१ : आयत्या वेळी बडग्याचा धीर सुटला. सगळा प्लॅन फुकट गेला!

२ : उलट मदनलाल फशी पडला. अचूक लागला पोलिसांच्या हाती...

१ : त्यांना काय नि किती सांगतो, ते ठरवणार दैवगती.

३ : जंगलात फोडून हातबॉम्ब, सारा पुरावा आपण नष्ट केला.

१ : तरीही   आता दिरंगाई नको!

सगळे : हत्येला आता उशीर नको! हत्येला आता उशीर नको!

१ : नथुराम, परत आलो आपण दिल्लीला.

२ : चला आता, सुरुवात करूया पुण्यकृत्याला.

३ : वाट पाहू संध्याकाळ होण्याची. म्हाताऱ्याच्या प्रार्थनेच्या शुभमुहूर्ताची.

२ : असेल का तिथे देखरेख पोलिसांची?

१ : म्हाताऱ्याचा अनाठायी आत्मविश्वास विलक्षण! त्यानं नाकारलंय सरकारी संरक्षण! तेव्हा पोलिसांची काळजीच नको!

सगळे : हत्येला आता उशीर नको. हत्येला आता उशीर नको!

१ : फार दिवस वाट पाहिली!

२ : महिने गेले, वर्षे गेली!

१ : म्हातारा जोवर खपणार नाही, तोवर आपण जिंकणार नाही!

३ : तेव्हा एकदा शेवटचा -करू प्रयत्न निकराचा!

२ : या वेळी मात्र खासच होईल, अंत बुढ्ढ्या सत्यासुराचा!

१ : त्या रात्री रेडिओवर, श्रोतेहो, ऐका एक खूशखबर!

१ : करा आनंदोत्सव साजरा! मिठाई वाटा! म्हणा -

३ : देश मुक्त झाला. या जगातून दुरात्मा गेला!

२ : आता फार वाट पाहायलाच नको...

सगळे : हत्येला आता उशीर नको. हत्येला आता उशीर नको!

[*अंधार.*]

अंक दुसरा : प्रवेश तिसरा

[*बिर्ला हाऊस. बापू सूत कातत बसले आहेत. टेबलाशी प्यारेलाल काहीतरी वाचत, क्वचित दुरुस्ती करत बसला आहे.*]

बापू : झालं का वाचून?

प्यारेलाल : होतच आलंय. तुम्हाला परत बघायचंय?

बापू : नको. तू वाचून बघितल्यावर मी परत बघायची गरज नाही. त्यातून आपल्याकडे तेवढा वेळ कुठं आहे? जवाहर कधीही येईल ते न्यायला. त्याला तातडीनं हवं होतं, त्यासाठी रात्री डोकं गरगरत असतानाही जागून लिहून काढलं. म्हणून तुला म्हटलं, बघ काय त्रुटी राहिल्यायत का, ते!

प्यारेलाल : त्रुटी नाहीत फारशा. इट्स ऑलमोस्ट पर्फेक्ट. काँग्रेसच्या नव्या संविधानासाठी हा आदर्श मसुदा आहे! (लखोट्यात ठेवतो.)

बापू : आदर्श असेल! पण आज राजकारणात माझ्या आदर्शांना काही महत्त्व आहे का? तरीही म्हटलं, काँग्रेसला सुधारण्याची सद्बुद्धी आठवली असेल, तर सांगाव्यात चार गोष्टी! मनुडी कुठं आहे? मनू... अग मनू...

[*मनू फडक्याला हात पुसत येते.*]

बापू : कुठं गेली होतीस ग?

मनू : तुमची ताडगूळ-लवंगाची भुकी संपली होती, ती कुटत होते. रात्री मधेच खोकल्याची ढास लागली तर?

बापू : छान! नंतरच्या कामासाठी आत्ताचा वेळ फुकट घालवायचा, हे कुठलं शहाणपण? रात्री काय होईल, हे आत्ताच कसं सांगणार? आधी रात्री मी असेनच याची काय गॅरंटी?

मनू : नाही कशी? ते सव्वाशे वर्षं जगायचं ठरलंय, त्याचं काय?

बापू : ते नुसतं बोलण्यापुरतं! प्रत्यक्षात जग दिवसेंदिवस इतकं भीषण

होत चाललंय, की आणखी एक दिवससुद्धा जगायची इच्छा
नाही!

मनू : मला वाटतं, मी तुमची काळजी घ्यायला अपुरी पडते. आज बा
असत्या तर त्यांनी तुम्हाला असं हताश होऊ दिलं नसतं!

बापू : बा नसती तर मी बापू झालो नसतो! कायम साथ दिली तिनं
मला आजूबाजूच्या अग्निवर्षावात! ही निष्ठा बायकांमध्ये उपजत
असते. आपल्या आश्रमामध्येसुद्धा अशा थोर महिला कमी नाहीत.
त्यांच्या निष्ठेकडे, त्यागाकडे पाहिलं की आदरानं मान लवते. पण
बा – ती तर सगळ्यांचीच आई, जगदंबा!

[*क्षणभर थांबतात. मग अचानक दोन-तीन दांडगट इसम आत
घुसतात. प्यारेलाल पुढे होतो. बापू उठून उभे राहतात. त्यांचा
तोल जातो. मनू त्यांना सावरते.*]

इसम : (गडबड करीत) बापू कुठायत? आम्हाला त्यांना भेटायचंय.

प्यारेलाल : कोण तुम्ही? कुठून आलात?

इसम : (एकाच वेळी दोघे-तिघे बोलतात) आम्ही बन्नूवरून आलो.
गुजराँवाला हत्याकांडात आम्ही कसेबसे वाचलोन् – पण आमची
जिंदगी साफ खलास झालेय... आम्हाला पूर्वीसारखं जगायचंय!
चाळीसजणांचं शिष्टमंडळ घेऊन आलोय आम्ही – बापूंना
भेटायला... आम्ही पुढे काय करायचं – ते त्यांनीच आम्हाला
सांगावं!

बापू : मित्रांनो, तुमच्या दुःखाची मला पूर्ण कल्पना आहे. तुम्ही असं
करा. ब्रजकृष्ण म्हणून आहेत. ते सरकारच्या वतीनं या सगळ्या
तक्रारी टिपून घेताहेत. त्यावर उपाय सांगताहेत. प्यारे, त्यांना
ब्रजकृष्णांना कुठं भेटायचं, ते जरा लिहून दे. (तो लिहून देऊ
लागतो.) या तुम्ही, नमस्कार.

इसम : (संतापाने) बापू, तुम्ही आता आराम करा! आमचं करायचं
तेवढं नुकसान तुम्ही आधीच केलेलं आहे!

प्यारेलाल : हे बघा, बापू शांतपणे ऐकून घेतात, म्हणून तुम्ही त्यांना
वाटेल ते सुनावू शकत नाही!

एकजण : कां नाही? बापूंनी आमची ही अवस्था केली!

दुसरा : देशाची फाळणी करून आम्हाला देशोधडीला लावलं!

प्यारेलाल : ऐका – कोणीतरी तुमचा गैरसमज करून दिलाय जाणूनबुजून! बापूंनी फाळणी केली नाही. उलट फाळणी होऊ नये, म्हणून जीवाचा आटापिटा केला. त्यानंतरही पुनःपुन्हा देश सांधायचा प्रयत्न केला. त्यासाठी उपोषणात प्राण पणाला लावले. आज तुम्ही दिल्लीत सुरक्षित आहात ते–

तिसरा : बस बस. आम्हाला काहीएक ऐकायचं नाही! आमची एवढीच प्रार्थना आहे, की बापू, आता तरी आम्हाला सोडा. आता तरी कायमचे निवृत्त व्हा!

बापू : असं कुणीतरी येऊन सांगितलं, म्हणून मी निवृत्त होऊ शकत नाही, बाबा. मी फक्त परमेश्वराच्या आज्ञेनंच निर्णय घेतो!

पहिला : (अधिकच चिडून) चालते व्हा! इथून चालते व्हा!

दुसरा : हवं तर हिमालयात जा. म्हणजे एकदा कायमची शांती मिळेल आम्हाला – आणि तुम्हालाही!

बापू : नाही. इथं या आगीतच मिळाली तर मला शांती मिळेल. नाहीतर जळून, होरपळून जायलाही मी तयार आहे. माझे प्रयत्न चाललेयत ते तुमच्या पुनर्वसनासाठीच. तुम्हाला वाऱ्यावर सोडून मी एकटा हिमालयात कसा जाऊ?

[तिघेही एकमेकांशी बोलत निघून जातात. बापू थकून खाली बसतात. मनू त्यांना पाणी देते.]

प्यारेलाल : (संतप्त) हद्द झाली आता! कोण भरतं हे विष यांच्या डोक्यात?

बापू : शांत हो, प्यारे... अक्रोधेन जयेत् क्रोधम्, असाधुं साधुना जयेत्! संतापाला शांतीनंच जिंकता येतं!... त्यातून हे लोक गांजलेले, दुखावलेले! त्यांच्या तोंडून अधिकउणा शब्द गेला, तर आपण रागावून कसं चालेल?

[उघड्या दारातून पंडितजी आत येतात.]

बापू : ये जवाहर. तुझीच वाट पाहात होतो.

पंडितजी : कां? काही खास कारण?

बापू : कारण काही नाही. पण अलीकडे ज्यांची मी वाट पाहावी, अशी

माणसंच किती राहिलीयेत? माझ्यासाठी फक्त तुम्ही दोघेच. तू आणि वल्लभभाई.

प्यारेलाल : बापूंनी हे काँग्रेसचं नवसंविधान लिहून ठेवलंय. घ्या. [*त्यांना लखोटा देतो.*]

बापू : आता, यात म्हटल्याबरहुकूम काँग्रेस वागेल, तर खरं!

पंडितजी : निदान तसा प्रयत्न करू.

बापू : एका गोष्टीसाठी तुझं –म्हणजे सरकारचं अभिनंदन केलं पाहिजे! उपोषण सोडण्याच्या सात अटींपैकी पहिली होती, मेहरौलीचा उरूस दरवर्षीप्रमाणे यंदाही भरवण्याची.

[*मनु कॉफीचा कप घेऊन येते. पंडितजींना देते. ते सावकाश कॉफी पिऊ लागतात.*]

प्यारेलाल : आम्ही जाऊन आलो मेहरौलीला. काय सुरेख भरला होता उरूस! मशीद साफ करण्यापासून ते वाहतुकीपर्यंत– सोयीच सोयी केल्यायत सरकारनं!

बापू : हिंदू, शीख सर्वच जण कामाला लागले होते मुसलमानांबरोबर. जातिभेद, धर्मभेद पार विसरून!

प्यारेलाल : पेशावरच्या पाराचिनार निर्वासित छावणीत १३० हिंदू– शिखांवर मुसलमानांनी हल्ला केला. पण त्याचं नावसुद्धा काढलं नाही कोणी या उरुसात. बदल्याची भाषा तर दूरच राहिली!

पंडितजी : एकूण बापूंच्या तपश्चर्येची फळं मिळायला लागलीयेत हळूहळू.

बापू : खरं सांगू जवाहर, मला अगदी आतून फार फार वाटतं, की पाकिस्तानला भेट द्यावी. प्रथम कराची, मग सरहद्द प्रांत, नंतर लाहोर. असं वाटतं, की तिथल्या मुसलमानांना माझ्या डोळ्यांतून, माझ्या शब्दांतून कळलं की मी त्यांच्यावर हिंदूंच्या इतकंच प्रेम करतो, तर त्यांना आपली चूक कळेल. फाळणीतली विफलता कळेल, आणि कदाचित–कदाचित दिल्लीत झाला तो चमत्कार पुन्हा एकदा पाकिस्तानच्या शहराशहरांतही घडून येईल!

पंडितजी : मग–?

बापू : मग काय? राजकारण! सत्ताकारण! जनतेची नेहमीच तयारी

असते एकजुटीनं नांदायची. त्यात तिचा आनंद असतो. सुख असतं. आणि मुख्य म्हणजे सुरक्षितता असते. पण राजकारणी नाही तिला एकजुटीनं राहू देत... फाळणी कोणी केली? जनतेनं? तिची इच्छा होती का असं घरदार सोडून वनवासी होण्याची? पण तिला निर्वासित व्हायला भाग पाडलं, तुम्ही राजकारण्यांनी. तुम्हाला स्वतंत्र राष्ट्रं हवी होती!—मग ती एका राष्ट्राचे दोन तुकडे करून का होईना? ...आणि आज—आजही ते वैर मिटवण्याचा प्रयत्न करणाऱ्या माझ्यासारख्या वेड्या फकिराला तो जीना पाऊल टाकू देत नाही पाकिस्तानात! कसली स्वप्नं पाहू मी एकजुटीची?

पंडितजी : बापू, आपण स्वातंत्र्ययुद्धात एकत्र लढतो—तरी ते संपल्यानंतर तुम्ही राजकारणातून अलगद बाहेर पडलात; पण आम्ही मात्र सत्तेमध्ये अडकलो! तुम्ही जन्मजात स्वतंत्र होता. संसाराचे पाशही तुम्हाला बांधू शकले नाहीत. आम्ही बुद्धिमान असू, नीतिमान असू. पण शेवटी आम्ही सामान्य संसारी माणसं!

बापू : मग त्यात कमीपणा काय आहे? संसारी माणसाला हजारो कर्तव्यं सांभाळण्याची कसरत करावी लागते. तू तर देशाचा संसार करतोयस. फार मोठं ध्येय आहे तुझ्यासमोर. देशाचं जगातलं स्थान अधिकाधिक उंचावण्याचं. तेही, नैतिकतेचा आग्रह धरून! इतर लहान-मोठे देश स्वतःकडच्या शस्त्रास्त्रांचा नाहीतर फौजफाट्याचा गर्व बाळगतात. भारताला अभिमान हवा, तो त्याच्या नैतिकतेचा.

पंडितजी : मला समजतंय बापू तुम्ही मला हे का सांगताय! आपलं मंत्रीमंडळ दिवसेंदिवस साधेपणा विसरून स्वतःचा डामडौल वाढवत चाललंय, म्हणूनच ना?

बापू : जवाहर, काँग्रेसनं हलाखीच्या काळात जनतेसमोर सेवा, त्याग आणि साधेपणा यांचे आदर्श ठेवले. आता मात्र कोट्यवधी रुपये हातात आल्याबरोबर आपण लगेच छानछोकी, दिखाऊपणा, पोशाखी थाटमाट करायला लागलो! आपला देश गरीब आहे, हे

साऱ्या जगाला माहितेय. मग गरिबी झाकण्याचा हा खोटा आटापिटा कशासाठी?

पंडितजी : बापू, गेल्या शंभर वर्षांत, मोठेपणाच्या या कल्पना इंग्रजांनीच भरल्या आहेत आपल्या जनतेच्या डोक्यात!

बापू : म्हणजे इंग्रज आपल्या देशातून गेलाच नाही, असं समजायचं का? मग आपण जीवावर उदार होऊन ज्या चळवळी केल्या त्या कशासाठी? सगळे विसरलेयत की त्यांची पदं, त्यांच्या नोकऱ्या या स्वतः वैभवात राहाण्यासाठी नाहीत. देशासाठी आहेत! जवाहर तू, मी, सारे स्वातंत्र्यसैनिक आणि काँग्रेस – आपण साऱ्यांनी मिळून स्वातंत्र्याचं जे स्वप्न पाहिलं, ते हेच का? रात्रंदिवस आपण ज्याचा ध्यास घेतला होता, ते स्वराज्य हेच का? लाचारांचं, भ्रष्ट माणसांचं, सुखात लोळत पडलेल्या किड्यांचं साम्राज्य! – हे आपलं राज्य? आणि हा आपला देश? आपलं स्वप्न आता विरत गेलंय जवाहर. निदान माझा तरी आता पूर्ण भ्रमनिरास झालाय!

पंडितजी : क्षमा करा, बापू. यापुढे तरी तुम्ही तयार केलेल्या नवीन संविधानाप्रमाणे वागण्याचा आम्ही प्रयत्न करू!

बापू : मी हे पुन्हा सांगणार नाही. ना तुला, ना देशाला. हे माझं शेवटचं सांगणं आहे, असं समज!

[*पंडितजी बापूंना नमस्कार करून जातात. ते गेले, त्या दिशेला बापू काही काळ पाहत राहतात.*]

बापू : प्यारेलाल, फार दुखावलं का रे मी जवाहरला?

प्यारेलाल : मला वाटतं, त्यांच्याही मनात हेच येत असेल. तुम्ही ते बोलून दाखवलंत. त्यामुळे उलट त्यांना मोकळं वाटलं असेल!

बापू : प्यारे, छानछोकीच्या, झगमगाटाच्या लोभानं सारी लोकसंख्या शहरात येऊ पाहील, आणि खेडी ओस पडतील, हा धोका कसा नाही कुणाच्या लक्षात येत?

मनू : बापू, तुम्ही नका ना प्रत्येक गोष्टीचा त्रास करून घेऊ!

बापू : कसा नको करून घेऊ? देश एकेका पावलानं अधोगतीला चाललाय– आणि त्याचं पावित्र्य परत येण्यासाठी मला काहीच नाही करता येत!

[*त्यांना खोकल्याची ढास लागते.*]

मनू : पाणी घ्या. बापू, डॉक्टरांनी सांगितलंय की, जास्त खोकला आला, तर पेनिसिलिनची गोळी चघळा. देऊ गोळी?

बापू : नको. तुला माहितेय. रामनामाखेरीज दुसरं काहीच मला चालत नाही... प्यारे, मनू आपलं स्वातंत्र्य पुन्हा नाहीसं तर होणार नाही? ते थोड्याच दिवसांसाठी होतं का?

है बहारे बाग दुनिया चन्द रोज
देख लो, जिसका तमाशा चन्द रोज... [खोकतात.]

मनू : शांत व्हा बापू. नका ना त्रास करून घेऊ!

बापू : मनू, मी आहे कुठे? करतोय काय? या अशांतीमधून मला शांती कशी मिळेल?

प्यारेलाल : बापू, जरा वेळ आत जाऊन आराम करता का?

बापू : प्यारे, मनू, तुम्ही माझं एक काम करायचंय. करू – म्हणून वचन द्या.

[ती दोघे बापूंच्या हातावर हात ठेवतात.]

पुढे-मागे मी जर कधी दीर्घ आजारानं बिछान्यात पडून मेलो, तर तुम्ही जगाला ओरडून सांगा, की हा माणूस स्वतःला समजायचा तसा देवाचा माणूस नव्हता. लोक संतापतील, तुम्हांला शिव्या देतील, तरीही तुम्ही हेच सांगायचं! पुन्हा पुन्हा आग्रहानं सांगायचं!–तरच माझ्या आत्म्याला शांती मिळेल!

[दोघेही गोंधळून एकमेकांकडे पाहतात.]

मात्र जर का कोणी त्या दिवशीसारखा बॉम्ब फोडला, किंवा सरळ सरळच मला गोळ्या घातल्या, आणि मी वेदनेचा हुंकारही न भरता देवाचं नाव घेऊन प्राण सोडला, तरच मी देवाचा माणूस असल्याचा दावा खरा केला, असं म्हणायचं. [सावकाश चालत आत निघून जातात.]

मनू : प्यारेभाई, असं काय विचित्र बोलले रे ते?

प्यारेलाल : कोण जाणे! मलाही नीटसं समजलं नाही.

मनू : भीती वाटते रे मला... फार भीती वाटते!

प्यारेलाल : तू जा. बघ त्यांच्याकडे.

[*मनू जाते. सरदार पटेल येतात.*]

सरदार : नमस्कार. बापू बरे आहेत ना?

प्यारेलाल : फारशी चांगली नाही तब्येत. डॉक्टर म्हणतात, की त्यांची किडनी आणि लीव्हर – दोन्ही कायमची निकामी होण्याच्या वाटेवर आहेत! पाहायचं आता काय होतं ते!

[*मनू परत येते.*]

मनू : नमस्कार सरदार काका. आपण आलात, फार बरं वाटलं. आज मी आणि प्यारेभाई अगदी गोंधळून गेलोय. बापू खूप व्याकूळ झालेयत. कसं त्यांचं सांत्वन करायचं, तेच कळत नाही. कुठल्या तरी अदृष्टाची चाहूल लागलेय जशी काही त्यांना.

प्यारेलाल : खरंच. आज दिवसातून कितीतरी वेळा मरणाचा उल्लेख केला त्यांनी... मरणाला ते कधीच भीत नाहीत. पण आपल्यामागे देशाचं काय होईल, याचीच बहुतेक काळजी वाटतेय त्यांना!

मनू : नोआखली, कलकत्ता, कितीतरी ठिकाणी बापूंबरोबर अनेक कठीण प्रसंगातून गेलेय मी. तरीदेखील मी आजच्यासारखी कधीच घाबरले नव्हते. काय होणार आहे हो?

सरदार : बेटी, आम्ही सगळेच त्या काळजीत आहोत.

प्यारेलाल : तुम्हीसुद्धा?

सरदार : हो. काहीतरी महत्त्वाचं सांगणारेय मी.

प्यारेलाल : बापूंना उठवू का?

सरदार : नको. तुलाच सांगतो. कारण बापूंना ते महत्त्वाचं वाटेल, याची खात्री नाही.

प्यारेलाल : असं?

सरदार : मुंबईच्या रुईया कॉलेजचे प्राध्यापक जगदीशचंद्र जैन यांनी मुख्यमंत्री बी. जी. खेरांना कळवलंय, की गांधींच्या हत्येचा एक कट शिजतोय. तसं त्यांना खुद्द मदनलालकडूनच समजलं होतं. खेरांनी मला ही माहिती नावं-तपशिलासकट कळवली. मी सुरक्षा वाढवण्याचा प्रयत्न केला. पण बापूंचा, प्रार्थनास्थळी पोलीस कारवाईला, पहिल्यापासूनच विरोध आहे...

प्यारेलाल : एकूण परिस्थिती गंभीर आहे!

सरदार : –तर! मध्यंतरी माझा विचार चालला होता गृहमंत्रीपदाचा राजीनामा देण्याचा. पण या परिस्थितीत मी गृहमंत्री असण्याची गरज आहे. म्हणून विचार बदलला!

प्यारेलाल : एक विचारलं तर रागावणार नाही? नावं आणि तपशील हाती लागले असतानाही संशयितांना अटक का नाही झाली?

सरदार : सांगतो. बापूंना सांगू शकत नाही. कारण त्यांना दुःख होईल! पण तुला सांगतो. या कारस्थानांचा तपास पुढेच जाऊ शकत नाही, कारण बहुधा सरकारी यंत्रणेतही त्या संघटनेची माणसं चोरून छपून वावरताहेत. कित्येक पोलीस अधिकाऱ्यांची संघटनेच्या कृत्यांना नुसती सहानुभूतीच नाही, तर मदतही आहे. संभाव्य मारेकऱ्यांआधी या, यंत्रणा पोखरणाऱ्या घुशींचा बंदोबस्त करायला हवा! आणि तेच तर फार कठीण आहे!

प्यारेलाल : बापूंना याची अगदीच कल्पना नाही, असं नाही. त्यांनी डॉ. राजेंद्र प्रसादजींकडे निरोप दिला होता, कॅबिनेट मंत्री श्यामाप्रसाद मुखर्जींसाठी. हिंदू महासभेचे काही कार्यकर्ते, काँग्रेस नेत्यांच्या हत्यांसाठी प्रवृत्त करणारी अत्यंत जळजळीत वक्तव्यं करताहेत; हिंदुमहासभेचे नेते म्हणून श्यामाप्रसादजींनी ही मुक्ताफळं थांबवावीत, असं बापूंनी कळवलं होतं.

सरदार : यावर डॉक्टर मुखर्जींची प्रतिक्रिया?

प्यारेलाल : अत्यंत शंकास्पद! बघतो-करतो, अशी वेळखाऊ हलगर्जीपणाची. सरदारजी, आपलीच माणसं अशी वागायला लागली, तर विश्वास तरी कोणावर ठेवायचा?
[*बापू येतात.*]

बापू : अग, सरदार आले तर उठवायचं नाही मला? (लगेच चरख्याजवळ जातात आणि सूतकताई सुरू करतात.) सरदार, आज काय झालंय, तेच समजत नाही. सकाळपासून सूत कातावंसं वाटतंय. जशी काही आयुष्यातली सूत कातायची ही शेवटची संधी आहे! (हसतात.)

सरदार : आता नवीन योजना काय आहे?

बापू : प्यारेनं सांगितलं नाही तुम्हाला? मी सेवाग्रामला जाणार आहे – आणि नंतर... शक्य झालं तर पाकिस्तानला!

सरदार : चांगलं आहे! म्हणजे तुम्ही इथं नसतानाही तुमच्या आदेशाप्रमाणे काम चालतं की नाही, हे पाहाण्याची एक संधी मिळेल!

बापू : काल सुधीर घोष एका इंग्रज मित्राचं पत्र देऊन गेला. पत्रासोबत 'लंडन टाइम्स'चं एक कात्रण होतं. दोन्हींमध्ये म्हटलंय, की भारतात काही लोकांनी एक कँपेन चालवलंय.

सरदार : कसलं कँपेन?

बापू : तुम्ही आणि जवाहर यांच्यात फूट पाडण्याचं.

सरदार : ती कशी काय?

बापू : तुम्हाला जातीयवादी ठरवायचं; हळूहळू काँग्रेसविरोधी ठरवायचं; विरोधकांमध्ये सामील करायचं! दुसऱ्या बाजूनं जवाहरची भरमसाट स्तुती करायची, पण हळूहळू त्याला एकटं पाडायचं!

सरदार : असल्या कारस्थानांना मी नाही भीक घालत. मी वचन देतो तुम्हाला बापू, कोणी कितीही अफवा पसरवोत, पण मी कधीच जवाहरला अंतर देणार नाही. आमच्यात फूट पडणार नाही. देशाच्या या कठीण परिस्थितीत तर नाहीच नाही! जे काय काम करायचं, विरोधकांच्या या असल्या चाळ्यांना तोंड द्यायचं, ते आम्ही दोघं मिळून एकत्रच करू.

बापू : शाब्बास सरदार, मला तुमच्याकडून हाच शब्द हवा होता! आता मी निश्चिंत झालो!

[आभा घाईघाईने येते. घुटमळू लागते. मनूला खाणाखुणा करते. मनू घड्याळ पाहते. चमकते.]

मनू : बापू, प्रार्थनासभेची वेळ होऊन गेली!

सरदार : सॉरी. माझ्यामुळे बापूंना उशीर झाला. निघतो मी.

[सरदार जातात. त्यांच्यासोबत प्यारेलाल जातो... क्षणात परत येतो.]

प्यारेलाल : काठेवाडहून दोघेजण आलेयत. कधी भेटू, विचारताहेत.

बापू : त्यांना म्हणावं, प्रार्थनासभेनंतर या. जगलो-वाचलो तर भेटू.

[*प्यारेलाल बाहेर जातो. मनू बापूंच्या वस्तू गोळा करते. बापू तिच्या आधाराने उठून उभे राहतात. आभा पुढे होते. बापू दोघींच्या खांद्यांवर हात ठेवतात.*]

आभा : बापू, आज तुमच्या घड्याळाला किती वाईट वाटलं असेल! तुम्ही त्याच्याकडे नजरसुद्धा टाकली नाहीत!

बापू : गरज काय मी घड्याळ बघण्याची? तू माझी टाइम-कीपर आहेस ना?

आभा : हो, पण तुम्ही टाइम-कीपरकडे तरी लक्ष द्याल, तर ना? मी आपली कधीची चुळबुळ करत उभी होते!

मनू : तुमच्या, सरदार काकांबरोबर महत्त्वाच्या गप्पा चालल्या होत्या— आम्ही कसं काय डिस्टर्ब करणार?

बापू : वा ग— उद्या तू हॉस्पिटलमध्ये नर्स असलीस, तर पेशंटकडे व्हिजिटर आलाय? म्हणून इंजेक्शनची वेळ चुकवशील? लक्षात ठेव, दुसऱ्याला काहीही वाटो, आपण आपला धर्म पाळायचा! ...आज बघ, चांगला दहा मिनिटं उशीर झाला आपल्याला!

[*दोघींच्या खांद्यांवर हात ठेवून बाहेर पडतात. बैठकीची खोली अंधारात.*]

[*व्हरांड्यात प्रकाशझोत. बापू दोघींच्या आधाराने येताना दिसतात. अचानक, खाकी युनिफॉर्म घातलेला एक धष्टपुष्ट तरुण हात जोडून पुढे येतो.*]

मनू : (*त्याला बाजूला करण्याचा प्रयत्न करीत*) भाई, बाजूला व्हा. प्रार्थनेला आधीच उशीर झालाय!

[*पण तो तरुण इतक्या जोराने हिसडा देतो, की तिच्या हातातून बापूंची माळ, पिंकदाणी व नोटबुक खाली पडतात. माळ उचलायला मनू खाली वाकते. एवढ्यात एकामागून एक, अशा तीन गोळ्या त्या तरुणाच्या हातातल्या पिस्तुलातून सुटतात. मोठा आवाज होतो. हात जोडलेले बापू खाली कोसळतात.*]

बापू : हे राम... हे रा-म...

[*आभा खाली बसते. बापूंचे मस्तक मांडीवर घेते. वातावरण धुराने*

भरून जाते. बापूंच्या 'हे राम'चे अनेक प्रतिध्वनी वातावरणात घुमत राहतात... काही क्षण ऐकू येतच राहतात. 'हे राम... हे राम...']

[नंतर ऐकू येतो ऑल इंडिया रेडिओचा सिग्नेचर ट्यून. व्हरांडा अंधारात जातो. तिथे पूर्ण काळोख. रंगमंचावरील काळोखात एक प्रकाशझोत बापूंच्या चरख्यावर, अपुऱ्या राहिलेल्या सूतकताईवर पडतो. अंधारातून शब्द ऐकू येऊ लागतात.]

अनाउन्सर : ऑल इंडिया रेडिओ, नवी दिल्ली. भारताचे माननीय पंतप्रधान पंडित जवाहरलाल नेहरू, राष्ट्राला संदेश देत आहेत...

पंडितजी : (आवाज काहीसा सद्‌गदित) मित्रहो, आज एकाएकी आपल्या जीवनातला प्रकाश निघून गेला, आणि सर्वत्र अंधार पसरला! आपले लाडके महान नेते, आपले 'राष्ट्रपिता', आपले 'बापू' आता या जगात नाहीत! आता ते कधीच आपल्याला दर्शन देणार नाहीत, सल्ला देणार नाहीत की धीर देणार नाहीत. या मूर्तिमंत सत्यानं देशाला स्वातंत्र्याचं वरदान दिलं; सकारात्मक अहिंसेचं तत्त्वज्ञान शिकवलं आणि शांती व बंधुभाव यांसाठी प्राणांची आहुती दिली. आज जरी बापूजी एका गलिच्छ, अमंगळ विद्वेषाचे बळी ठरले असले, तरी या मरणानं ते अमर झाले आहेत... महात्माजी अमर झाले आहेत...

[रंगमंचावरचा, चरख्यावरील प्रकाशझोत सावकाश मंद होत जातो आणि संपूर्ण काळोख होतो.]

[*समाप्त.*]

रत्नाकर मतकरी यांचे नाट्यवाङ्मय

प्रौढांसाठी नाटके (एकूण ७१)

पुस्तकरूपाने प्रकाशित : ४२

- वाऱ्यावरचा मुशाफिर ● वर्तुळाचे दुसरे टोक ● ब्रह्महत्या
- बिऱ्हाडबाजलं ● प्रेमकहाणी ● आरण्यक ● समोरच्या घरात
- लोककथा ७८ ● अजून यौवनात मी ● अश्वमेध ● दुभंग ● चि.सौ.कां.
चंपा गोवेकर ● माझं काय चुकलं? ● जोडीदार ● निखारे ● स्पर्श अमृताचा
- कर्ता करविता ● खोल... खोल पाणी ● अग्निदिव्य ● वटवट सावित्री
- सत्तांध ● कार्टी प्रेमात पडली ● विठो रखुमाय ● तुमचे आमचे गाणे
- घर निघांचं हवं ● जावई माझा भला ● बकासूर! ● प्रियतमा ● साटंलोटं
- शूऽऽ कुठं बोलायचं नाही! ● एकदा पाहावं करून! ● चार दिवस प्रेमाचे
- तन-मन ● जादू तेरी नजर ● दादाची गर्लफ्रेंड ● आम्हाला वेगळं
व्हायचंय! ● ज्याचा शेवट गोड... ● महाराष्ट्राचं चांगभलं ● इंदिरा
- सुखान्त ● व्यक्ती आणि वल्ली ● असा मी असा मी

रंगभूमीवर आलेली; परंतु अद्यापि पुस्तकरूपाने प्रकाशित न झालेली नाटके : राज्य नाट्य स्पर्धेतील व समांतर रंगभूमीवरील : १३

- खेळ दोन जिवांचा ● मागे वळून पाहू नकोस ● म्हणे खून मी केला!
- खरं म्हणा, वा खोटं ● साता समुद्रापार ● शापित ● विनाशाकडून
विनाशाकडे ● चुटकीचं नाटक ● गणेश गिरणीचा धैंकाला ● भंकस
- नगरी अंधेरा ● उद्गार ● मेजवानीचा फार्स

व्यावसायिक रंगभूमीवरील अप्रकाशित नाटके : १०

- माझ्या बायकोचा मुलगा ● अंधार माझा सोबती ● राजा, इश्काची

रात्र आहे! (लोकनाट्य) ● नरू आणि जान्हवी ● ती... तीच ती!
● सुपरहिट नं. १ ● पाच पांडवांचा बाप ● साहेबजी, डार्लिंग! ● इथं
हवंय कुणाला प्रेम? ● लेक लाडकी

अजून रंगभूमीवर यावयाची : ५

● संभ्रम ● काळी राणी ● जगाला नाही रे मंजूर ● तुळसा ● गांधी :
अंतिम पर्व

नाट्यरूपांतर : १

● अशी बायको हवी!

बालनाटके (एकूण २२)

(पुस्तकरूपाने प्रकाशित)

● मधुमंजिरी ● कळलाव्या कांद्याची कहाणी ● निम्माशिम्मा राक्षस
● गाणारी मैना ● अचाटगावची अफाट मावशी ● अदृश्य माणूस
● राक्षसराज झिंदाबाद! ● इंद्राचे आसन, नारदाची शेंडी
● अलबत्या गलबत्या ● धी ग्रेट गोल्डन गँग ● सावळ्या तांडेल ● धडपडे,
बडबडे, मारकुटे आणि मंडळी ● शाबास लाकडच्या! ● चमत्कार झालाच
पाहिजे! ● सरदार फाकडोजी वाकडे ● यक्षनंदन ● अलिबाबाचे खेचर
आणि एकोणचाळिसावा चोर ● अलल् घुर्रर् घुर्रर्!! ● ढग ढगोजीचा
पाणी प्रताप ● माकडा माकडा हुप्! ● दोन बच्चे दोन लुच्चे

रंगभूमीवर आलेले; परंतु अद्यापी पुस्तकरूपाने अप्रकाशित

● आटपाट नगरची राजकन्या

एकांकिकासंग्रह (एकूण १८)

प्रौढांसाठी

● रत्नाकर मतकरी यांच्या सात एकांकिका ● एकाच मातीची खेळणी

● लाल गुलाबांची भेट ● शय्या ● अंधारवाडा ● पोर्ट्रेट आणि दोन एकांकिका ● यक्षिणी आणि चार एकांकिका ● आठ खुर्च्या आणि काळोख ● अस्वस्थ रात्र ● मी एक अभिमन्यू ● चूकभूल द्यावी घ्यावी ● जस्ट अ पेग! ● चोर आणि चांदणं

मुलांसाठी

● राजकन्येची सावली हरवली आणि दोन नाटिका ● कहाणी कोरड्या गाभाऱ्याची/नवी मैत्रीण ● वेडपट नाटक/मुले राज्यकारभार पाहतात/ धाकूचं नशीब ● चटकदार ५+१ ● रंगतदार ६+१

पुस्तकरूपाने अप्रकाशित नाटिका

● झोपाळू राजपुत्र

www.ingramcontent.com/pod-product-compliance
Lightning Source LLC
LaVergne TN
LVHW020135230825
819400LV00034B/1172